தூங்கா இரவுகள்

மௌனன் யாத்ரிகா

எதிர்
வெளியீடு

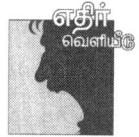

தூங்கா இரவுகள்
சிறுகதைகள்
மௌனன் யாத்ரிகா

முதல் பதிப்பு: ஜனவரி 2025

எதிர் வெளியீடு,
96, நியூ ஸ்கீம் ரோடு, பொள்ளாச்சி – 642 002
தொலைபேசி: 04259 – 226012, 99425 11302

விலை: ரூ. 130

Tunka iravukal
Short Stories
Mounan Yathrika

Copyright © Mounan Yathrika
First Edition: January 2025

Published by
Ethir Veliyeedu, 96, New Scheme Road, Pollachi – 2
email: ethirveliyedu@gmail.com
www.ethirveliyeedu.com

ISBN: 978-93-48598-40-0
Cover Design: Negizhan
Printed at Jothy Enterprises, Chennai.

All rights reserved. No part of this book may be reprinted or reproduced or utilised in any form or by any electronic, mechanical or other means, now known or hereafter invented, including Photocopying and recording, or in any information storage or retrieval system, without permission in writing from the Publisher.

மௌனன் யாத்ரிகா

பேய்த்திணை, *நொதுமலர்கன்னி*, *புத்தர் வைத்திருந்த தானியம்*, *பாணர் வகையறா*, *கழுகைப்போல் பாம்பைப்போல் கொத்து*, *நூறு குதிரைகள் தூரமுள்ள ஆறு*, *நெடுநல் இரவு*, *வேட்டுவம் நூறு*, *மலைமான் கொம்பு*, *ஊர்க்காரி ஒருத்தியின் காதல்*, *எருமை மறம்* ஆகிய கவிதைத் தொகுப்புகளையும், *கிழவனின் காதலி* என்ற சிறுகதைத் தொகுப்பும், *கொம்பேறி மூக்கன்* என்ற நாவலும் *சக கவிஞர்* என்ற கட்டுரை நூலும் எழுதியுள்ளார்.

தற்போது அரியலூர் மாவட்டம் செந்துறையில் வசிக்கிறார்.

தலித் இலக்கியத்தில் ஆய்வு செய்து முனைவர் பட்டம் பெற்றுள்ளார்.

Blog: writermounanyathrika@blogspot.com

Ph: 83444 34403

கதைகள் கேட்டு வளர்ந்த எனக்கு கதைகள் எழுதத் தோன்றாமல் கவிதைகள் எழுதத் தோன்றியது ஏன் என்று தெரியவில்லை. என் எழுத்து வாழ்வில் நீண்ட தூரம் வந்தபிறகே அந்தக் கேள்வி எனக்கு உருவானது. யோசிக்கையில், கதைகள் என்னைப் பின் தொடர்ந்தே வந்திருப்பதை அறிய முடிந்தது.

கிட்டத்தட்ட கதைகளைப் போன்றே என் கவிதைகள் இருந்ததை உணர்ந்தேன். கதைத் தன்மையே என் கவிதையின் அடையாளமாக இருந்தது. கதை ஒருபோதும் நம்மை விடாது என்று தெரிந்துகொண்டேன்.

கதைகள் எழுதத் தொடங்கியபோது அதன் போக்கு எனக்குச் சுலபமாகப் பிடிபடுவதுபோல் ஓர் எண்ணமும், ஏதோ ஒன்று பிடிபடவில்லையோ என்ற எண்ணமும் எனக்கு உண்டானது. கதைகள் நிரம்பிய ஊரும், கதைசொல்லிகள் நிரம்பிய குடும்பமும், எதற்கெடுத்தாலும் ஒரு கதைக் கட்டத் தெரிந்த என் அங்காளி பங்காளிகளும், அந்த தடுமாற்றமான எண்ணங்களை நேர் செய்தார்கள்.

ஓரளவுக்கு அறியப்பட்ட கவிஞனாக மாறியிருந்த காலத்தில் அங்கொன்றும் இங்கொன்றுமாக என் கதைகள் இணைய இதழ்களில் வெளியாகிக் கொண்டிருந்தன. தொகுத்து நூலாக்கியபோதும் (கிழவனின் காதலி– ஸீரோ டிகிரி பப்ளிஷர்ஸ்) கதையாசிரியர் என்ற அடையாளம் எனக்கு ஏற்படவில்லை. தொடர்ந்து கவிஞனாகவே அறியப்பட்டுக் கொண்டிருந்தேன். பிறகு, கதையின் வரத்து ஓடி வரும் வாய்க்காலின் குறுக்கே எதையோ வெட்டிப்போட்டு அடைத்துவிட்டேன் போல! கதைகள் எழுதாமல் விட்டுவிட்டேன். கவிதைகள் எழுதுவது நின்றபாடில்லை; அதன் ஓட்டம் சீராகவே இருந்தது.

அப்படியாகப் போய்க்கொண்டிருந்த ஒருநாள்...

சர்வதேச அளவிலான சிறுகதைப் போட்டி ஒன்றை குமுதம் வார இதழ் அறிவிக்கிறது. கொன்றை என்னும் இலக்கிய அமைப்பும் குமுதமும் இணைந்து நடத்திய அந்தச் சிறுகதைப் போட்டியின் பொருண்மை எனக்குப் பிடித்தமான ஒன்றாக இருந்தது. மனசுக்குள் தூங்கிக்கொண்டிருந்த கதை சட்டென விழித்துக்கொண்டதோ என்னவோ, நான் மீண்டும் கதை எழுதத் துணிந்தேன்.

சங்க இலக்கியப் பாடல் ஒன்றைத் தேர்ந்து, அந்தப் பாடலின் உட்பொருளை மையக் கருவாகக் கொண்டு கதை எழுத வேண்டும் என்பதே அறிவிப்பாளர்கள் விதித்திருந்த நிபந்தனை. புறநானூறு, குறுந்தொகை, நற்றிணை, ஐங்குறுநூறு என எட்டுத் தொகை நூல்களிலிருந்து அவர்களே பாடல்களைத் தேர்ந்து கொடுத்திருந்தார்கள்.

நான்,

"முட்டுவேன்கொல்? தாக்குவேன்கொல்?
ஓரேன், யானும்: ஓர் பெற்றி மேலிட்டு,
'ஆஅ! ஒல்' எனக் கூவுவேன்கொல்? –
அலமரல் அசைவளி அலைப்ப, என்
உயவு நோய் அறியாது, துஞ்சும் ஊர்க்கே"

என்ற ஔவையார் எழுதிய குறுந்தொகைப் பாடலை என் கதைக்காகத் தேர்வு செய்து கொண்டேன். அதுவொரு பாலைத்திணைப் பாடல். வெக்கையின் கவிச்சை மூக்கைத் துளைக்கும் எழுத்து.

சங்க இலக்கியங்கள் எனக்கு பேராறு போன்றவை. அதில், இக்கரைக்கும் அக்கரைக்கும் நீந்திக்கொண்டிருக்க வேண்டும் என எப்போதும் விரும்புவேன். அந்த ஆற்றிலிருந்து கொஞ்சம்

நீர் எடுத்துக்கொண்டு என் எழுத்தின் மீது தெளிக்க வேண்டும் என்பதை நினைத்ததும் சிலிர்ப்பாக இருந்தது.

ஒரே மூச்சில், மூன்றுமணி நேரத்தில் எழுதி முடித்து அனுப்பிவிட்டு அதை மறந்துவிட்டேன். நெடுநாள் கழித்து, குமுதம் முதற்கட்டத் தேர்வுக்கதைகள் என்று ஒரு நெடும்பட்டியலை வெளியிட்டது. அதில் என் கதையும் இருந்தது. "தோ...பார்டா..." என எனக்கு நானே முதுகில் தட்டிக்கொண்டேன். இறுதிப்பட்டியல் வெளிவந்ததை நான் அறியவில்லை. நண்பர்கள் அழைத்து, "உன் கதை வென்றுவிட்டது" என்றார்கள். பலரும் என் கதைக்குத்தான் முதல் பரிசு என்றார்கள். ஆனால், இரண்டாம் பரிசு என்ற அறிவிப்போடு குமுதம் வந்தது. இரண்டு லட்ச ரூபாய் பரிசுத்தொகை. எனக்கு வியப்பும் மகிழ்ச்சியும் ஒருசேர வந்தன. பெருந்தொற்றுக் காலத்தின் மிகப்பெரிய ஆசுவாசம் அந்தக் கதை எனக்கு.

கதை கொண்டாடப்பட்டது. நிறைய அழைப்புகளும் பாராட்டுகளும் தொடர்ந்து கதை எழுதும் ஆவலைத் தூண்டிவிட்டன. அந்த உற்சாக மனநிலையில் அடித்தடுத்து நான்கைந்து கதைகள் அதே பாணியில் எழுதினேன். சங்க இலக்கியத்தில் இருந்து ஒரு பாடலைத் தேர்ந்துகொண்டு எழுதிப் பார்த்த அந்தக் கதைகளுக்கு நல்ல வரவேற்பு இருந்தது.

அந்த வரவேற்புகளின் மகிழ்ச்சியில் எங்கோ திளைத்து நின்றுவிட்டேன் போல. ஐந்து கதைகளுக்கு மேல் எழுதவில்லை. வேறு ஏதோ வேலையில் மூழ்கிவிட்டேன் போல. ஆமாம், ஞாபகம் வந்துவிட்டது. ஒரு நாவல் போட்டி அதைத் தடுத்து நிறுத்திவிட்டது. ஸீரோ டிகிரி நாவல் போட்டியில் மூழ்கி, அதைக் கிடப்பில் போட்டுவிட்டேன். பிறகு எழுதத் தோன்றவில்லை. நாவல் எழுதி அதுவும் பரிசை வென்றது.

தொடர் பரிசு ஏற்படுத்திய தீய விளைவு, அதற்குப்பின் நான் சிறுகதைகளும் எழுதவில்லை, நாவலும் எழுதவில்லை. கொஞ்ச

நாள் அந்த வெற்றித் திளைப்பில் கரைந்து தொலைந்து போனது என் எழுத்தார்வம்.

ஆகையால், ஓர் உற்சாகத்தில் எழுதப்பட்ட முதல் ஐந்து கதைகளை மட்டும் தொகுப்பாக்கலாம் என்ற யோசனையை என்னுடைய பதிப்பாளர் திரு அனுஷ் அவர்களிடம் தெரிவித்தபோது, அவர் சம்மதம் தெரிவிக்கவே,

இதோ... 'தூங்கா இரவுகள்' உங்களிடம் கை சேர்கிறது.

இந்தக் கதைகளை வெளியிட்ட குமுதம், கனலி, வாசகசாலை இதழ்களுக்கு இந்த நேரத்தில் நன்றியைத் தெரிவித்துக் கொள்கிறேன்.

என்னை கதைகள் எழுதத் தூண்டிய போட்டி அறிவிப்பாளர்களுக்கும் நன்றி.

என் எழுத்து வாழ்வில் துணை நிற்கும் என் குடும்பத்தார்க்கும் நன்றி.

நூலை வெளியிடும் எதிர் பதிப்பகத்தார்க்கும் என் நன்றி.

மிக்க அன்புடன்
மௌனன் யாத்ரிகா

தூங்கா இரவுகள்	11
காமாந்தகம்	20
நெடுங்கடல்	37
பறக்கும் புலி	47
புளிங்காய் வேட்கை	60

தூங்கா இரவுகள்

யாமம்: 11 மணி

கூரையில் பாம்பு இறங்கும் சத்தம் கேட்டது. அது வாசற்படிக்கு நேராகத்தான் இறங்கிக் கொண்டிருக்க வேண்டும். திடீரெனக் கூரைமேல் ஒரு புடலங்கொடி படர்ந்து அதிலிருந்து சட்டென ஒரு காய் பிஞ்சு வைத்துச் சரசரவென்று நீண்டு வளர்ந்து இறங்குவதுபோல் இருந்தது. வீட்டின் பின்னால் சுவரை ஒட்டினாற்போலிருக்கும் பூவரசு மரத்தில் ஊர்ந்து கொண்டிருக்கும்போது பாம்பு தவறிக் கூரையில் விழுந்திருக்கலாம். மறுபடியும் மரத்திற்கு அதனால் தாவி ஏற முடியாது. கிளைகள் பின் கூரையைப் பாவினாற்போல் நிழல் பரப்பிச் சற்று உயரத்தில் ஆடிக்கொண்டிருக்கும்.

கூரை வேய்ந்து சில நாட்கள்தான் ஆகின்றன. புதிய வயற்புற்கள். காய்ந்த புற்களின் மஞ்சள் நிறத்தால் கூரை மூடப்பட்ட போது மாரி அத்தானுக்கு நிச்சயிக்கப்பட்டு நான் வீட்டில் இருந்தேன். அப்பா அம்மா இல்லாத மாரி அத்தான் எங்களுக்குத் தூரத்துச் சொந்தம். அத்தானுக்காக என்னைப் பெண் கேட்டு வந்த அவருடைய தாய்வழி தாத்தா, "இவனையும் ஒங்கூடவே வச்சிக் காப்பாத்திக்க மாயாண்டி. புள்ளைக்குப்

புள்ளையா மருமவனுக்கு மருமவனா இருப்பான். எங்காலம் இப்பவோ எப்பவோ" என்றுதான் பேச்சைத் தொடங்கினார். அப்பா இரண்டு நாள் கெடு கேட்டு என்னோடும் அம்மாவோடும் பேசிக் கலந்து சம்மதம் சொன்னார். பனை மாதிரி நல்ல கருப்பும் உயரமும் சேர்ந்தாற் போல் இருந்தவரைப் பார்த்ததும் எனக்குப் பிடித்து விட்டது. அவரும் என்னை விழுங்கி விடுவது போல்தான் பார்த்தார். தாத்தாவுக்கு நெஞ்சு நிறைய மகிழ்ச்சி. என்ன நினைத்தாரோ தெரியவில்லை. தன் வெற்றிலைப் பையிலிருந்து ஒரு வெற்றிலையை எடுத்துக் கொஞ்சம் சீவலை அதில் பரப்பி, ஒரு தாம்பாலத் தட்டில் வைத்து என் அப்பா அம்மாவிடம் கொடுத்துவிட்டார்.

"இனிமே இவன் ஒன் ஆம்பிடையான். நல்லா பாத்துக்க தாயி. அவன் ஆத்தா மாதிரியே இருக்க."

சொன்ன வார்த்தையின் அதிர்வு அடங்குவதற்குள், அவருடைய கையைப் பிடித்து என் கையில் கொடுத்துவிட்டு அப்பாவின் முகத்தைப் பார்த்தார். அப்பா, அம்மாவின் முகத்தைப் பார்த்தார். அம்மா என் முகத்தைப் பார்த்தாள்.

நான் அத்தானின் கையை இறுக்கமாகப் பற்றியிருந்தேன்.

அதே இடத்தில் ஒரு தேதியைச் சொல்லி, அந்தத் தேதியில் கல்யாணப் பத்திரிக்கை அடிக்கச் சொல்லிவிட்டுத் தாத்தா போய்விட்டார்.

கரையான் ஏறி உதிர்ந்து கொண்டிருந்த பழைய கரும்புத் தோகைகளை நீக்கிவிட்டு வயற்புற்களால் வீட்டை வேய வேண்டுமென அம்மா அப்பாவிடம் சொன்னபோது,

மறுப்பேதும் சொல்லாமல் அப்பா வயற்புற்கள் அறுக்கும் வேலையை உடனே தொடங்கினார்.

அப்பா, அம்மா, நான், சம்பளத்துக்கு இரண்டு ஆட்கள் எனப் பத்து நாட்கள் அறுத்த பச்சை வயற்புற்களை உருவேற்றி வீடு சேர்த்தபோது நான் மேலும் கறுத்துப்போயிருந்தேன்.

நான் அம்மாவைப் போல மாநிறம். அப்பாவைப் போல் திடகாத்திரம். அந்தப் பத்து நாட்களில் ரெண்டும் கொஞ்சம் குறைந்து விட்டது என்றாள் அம்மா.

வீடு வேய்ந்த போது அம்மா என்னைக் கிட்டவே விடவில்லை. அவர்களே பார்த்துக்கொண்டார்கள். வேய்ந்த வீட்டை உள்ளிருந்து பார்த்தபோது ஓரழகும், வெளியே நின்று பார்த்தபோது வேறழகும் தெரிந்தது. நாங்கள் அந்த அழகை ஒவ்வொருவராய் மாறிமாறிப் பார்த்துச் சந்தோசப்பட்டோம். திருமண வீட்டுக்குரிய லட்சணம் கிடைத்து விட்டது என்று அப்பா அம்மாவிடம் சொன்னார்.

வயற்புற்களின் குளிர்ந்த நிழலோட்டத்திலிருந்து திரும்பவும் என் மாநிறம் எனக்குக் கிடைத்துக் கொண்டிருந்தது. மார் கச்சு அழுந்திய தடங்களில் மீண்டும் அந்த மஞ்சள் நிறம் வந்துவிட்டிருந்தது. அடுத்த சில நாட்களில் மாரி அத்தானுக்குக் கழுத்தை நீட்டி விட்டேன்.

அத்தானுக்குக் குதிரை போல வலிமையான கால்கள். வீட்டின் உள் கூரையின் வெளிச்சத்தில் அந்தக் கால்கள் எப்படியெல்லாம் பாய்ந்தன தெரியுமா? என் பெருமூச்சை யாரும் பொருட்படுத்த வேண்டாம். கல்யாணமாகி இரண்டு மாதங்கள் ஓடியதே

தெரியவில்லை. நான் என் பழைய கச்சைகளை நூல் பிரித்து போட்டுக்கொண்டிருந்தேன்.

கூரையிலிருந்து பாம்பு இறங்கும் சத்தம் நின்றிருந்தது. வாசலுக்கு நேராக விழுந்திருக்குமா? இருக்காது. விழுந்திருந்தால் பொத்தென்று ஒரு வாழை மட்டை விழுந்ததுபோல் சத்தம் கேட்டிருக்கும். அப்படி எதுவும் கேட்கவில்லை. பாம்பு ஒரே இடத்தில் அசையாமல் கிடக்கிறது.

யாமம்: 12 மணி

இருளில் யாரோ திருவையை அரைப்பதைப்போல் குறட்டை விடுவது அம்மாவாகத்தான் இருக்க வேண்டும். அவளுக்கென்ன! பதினெட்டு வயதில் என் அப்பனைக் கட்டி இருபது வயதில் என்னைப் பெற்றுப் போட்டவள். உடன் நடக்கும்போது எங்களைச் சகோதரிகள் மாதிரியே இருப்பதாக ஊர் கூறும். அம்மாவுக்கு இன்னும் இளமை வடியவில்லை. ஒரு குழந்தையோடு பேறு பாக்கியம் நின்று போனதால் உடல் கட்டு விடாமல் அப்படியே இருக்கிறது. அதற்குள் சம்பந்தம் போட்டுவிட்டாள்.

அப்பா தெற்கே தலையை வைத்து வடக்கே கால் நீட்டியிருந்தார். அவரது கால்மாட்டில், மேற்கே பார்ப்பதுபோல் தலைவைத்துக் கிழக்கே கால் நீட்டியிருந்தாள் அம்மா. எனக்கு மணமானதால் இரண்டு உடல்களும் கண்ணியம் காத்துக் கிடந்தன. நடு இரவுகளில் தெற்கே தலை வைத்து வடக்கே கால் நீட்டியபடி சில நாளும், மேற்கே தலை வைத்து கிழக்கே கால் நீட்டியபடி சில நாளும் அவர்கள் நெருங்கியிருப்பதை நான் ஒரு நிழல் மாதிரி பார்த்திருக்கிறேன். இந்தத் திசைகளின்

வேறுபாட்டுக்கும் அவர்களது ஊடலுக்கும் நிறைய தொடர்புண்டு. அம்மா ஊடியிருக்கும் போது அப்பாவின் தலை மேற்கேயும், அப்பா வீம்பாயிருக்கும் போது அம்மாவின் தலை தெற்கேயும் சென்று கோபம் தணிக்கும்.

அப்பாவிடமிருந்து சீரான மூச்சு மட்டுமே வந்து கொண்டிருந்தது. சுவர் ஓரமாக ஒட்டிக்கொண்டு படுத்திருந்தார். அவர் படுக்கைக்கு நேராகத் தொங்கிக் கொண்டிருந்த கொடிக்கயிற்றில் அம்மாவின் புடவை ஆடிக்கொண்டிருந்தது. அப்பாவுக்குக் குளிரெடுத்தால் லேசாக உடல் எக்கி அந்தப் புடவையை இழுத்துப் போர்த்திக் கொள்ளும் விதமாக அதை அப்படி போட்டு வைத்திருப்பாள் அம்மா. அது ஒருவிதமான காதல் கணக்கு. அம்மாவிடம் சிலபோது கேட்டிருக்கிறேன். அவள் சொல்லும் பதிலில் அளவற்ற வாஞ்சையிருக்கும். அப்பாவும் கொடுத்து வைத்தவர்தான் என்று நினைப்பேன்.

நடுச்சாமம்: 1 மணி

ஓடை எங்கிருக்கிறது! அங்கிருந்து தாழை மலரின் வாசம் இங்கு வருகிறது. கூரைமேல் அலைந்து கொண்டிருக்கும் பாம்புக்கு அந்த வாசம் பிடிபட்டு விட்டால் அது இறங்கி ஓடைக்கு ஊர்ந்து சென்றுவிடுமா என்று யோசனை வந்தது. போனாலும் போகலாம்! எனக்கும் அத்தானுக்கும் இருப்பதுபோல் பாம்புக்கும் தாழைக்கும் பத்துப் பொருத்தமும் உண்டு.

வீட்டின் பின்பக்கம் பூனை நடப்பது போலிருந்தது. சுந்தரவள்ளி கிழவி சாயந்திரம் மீன் அலசுவதைப் பார்த்தேன். பூனைக்கு இவ்வளவு நேரம் கழித்து மூக்கு வேர்த்திருக்கிறது. காதுகளைத் தீட்டி வைத்துக்கொண்டு

கூர்ந்து கேட்டேன். பூனையின் பின்னங்கால் நகங்கள் கிழவியின் மட்டச் சுவரில் பிராண்டி ஏறும் சத்தம் கேட்டது.

இன்னும் சற்று நேரத்தில் குழம்பு சட்டி உருளும். கிழவி கெட்ட வார்த்தையால் பூனையைத் திட்டுவாள். அதை நினைத்ததும் எனக்குச் சிரிப்பு வந்தது. வாய் பொத்திக்கொண்டு சிரித்தேன். ஏதோ சொல்லிக்கொண்டே அம்மா புரண்டு படுத்தாள். 'செவுனூன்னு தூங்குடி' என்ற வார்த்தையாகத்தான் இருக்கும். என் விழிப்பு அம்மாவுக்குத் தெரிகிறது.

'செவுனூன்னு' தூங்க முடிந்தால் நான் ஏன் பாம்பு கூரை மேல் ஊர்வதையும், பூனை அடுத்த வீட்டுக் குழம்பு சட்டியை உருட்டுவதையும், தாழம்பூ ஓடையில் கிடந்து மலர்வதையும் உணர்ந்து தொலைக்கப் போகிறேன்? தூக்கம் வரவில்லையே. தூக்கப்பித்து பிடிக்கவில்லையே. யாரோ, எவளோ, எங்கேயோ அவதிப் படுகிறாள் நமக்கென்ன என்பது போல் தூங்கும் அம்மாவை, பேய் போல் உருமாறி மிதித்து விடுவேனோ என்று தோன்றியது. மல்லாந்து கூரையை வெறித்தபடி இந்த இருட்டில் விழித்திருக்கும் இப்போதைய என் மனநிலைக்கு யார் என்ன சொன்னாலும் நாலு அறை விட்டு விடுவேன் போலிருக்கிறது. இது யார் மேல் இருக்கிற கோபம். என்மேலும்தான், அத்தான் மேலும்தான், அம்மா மேலும்தான், அப்பா மேலும்தான், இந்த ஊரின் மேலும்தான்.

அம்மாவின் வியர்வை நெடியை ஆழ்ந்து நுகர்ந்தேன். பூசு மஞ்சள் வாசனையோடு வியர்வையும் கலந்து வீடு கமழ்வது போல் இருந்தது. அந்த மணம் அப்பாவின் வியர்வை நெடியோடு முயங்கிக் கொண்டிருந்தது.

அம்மாவின் மஞ்சள் பூசிய கெண்டைக் கால்கள் விலகிக் கிடந்தன. அம்மா கொடுத்து வைத்தவள். எப்போதும் கணவனோடு இருக்க வாய்த்தவள். அப்பாவோட வாசனை வீடு முழுக்க இருக்கிறது. பகலும் இரவும் அது நிரம்பி வழிகிறது. அம்மா அதை நுகர்ந்து நுகர்ந்து திளைக்கிறாள். தன் ஊர் எல்லைக்குள்ளேயே ஒரு வேலையைத் தேடிக்கொண்ட அப்பாவைப்போல் இல்லாமல் பிழைக்க பட்டிணத்துக்குச் சென்று விட்ட அத்தானை நினைத்தால் கோபமாகவும் இருக்கிறது, வருத்தமாகவும் இருக்கிறது.

வைகறை: 2 மணி

அத்தான் இந்நேரம் பட்டிணத்தில் இருக்கும் பெரிய காய்கறி மார்க்கெட்டில், பெரிய லாரியில் வரும் காய்கறி மூட்டைகளை இறக்கிக் கொண்டிருப்பார். சட்டையில்லாத அவர் உடம்பிலிருந்து வியர்வை இறங்கிக் குதிகாலுக்கு ஓடும். என்னோடு சேர்ந்திருக்கும் போது அப்படித்தான் ஓடும். வெடி நரம்பில் வாய் வைத்து அந்த உப்பு நீரைச் சுவைப்பேன். 'ஆளுயர முருங்கைக் காய் மூட்டைகளை இடது தோளில் நிறுத்தி வலது கையால் அதன் முனையைப் பிடித்துப் படிக்கட்டுகளில் ஏறும்போதெல்லாம் உன் நினைவுதான் வருகிறது கலைச்செல்வி' என்று அவர் சொல்லும்போதெல்லாம் அழுவதா சிரிப்பதா என்று எனக்குத் தெரியாது.

உச்சிக் கூரையிலிருந்துச் சரிவுக்கு இறங்குவதற்குத் தவிக்கும் அந்தப் பாம்பின் நீளத்தை மனசுக்குள் அளந்து பார்த்தேன். அத்தான் சொல்லும் முருங்கைக்காய் உயரம் இருக்குமா? இருக்கலாம். இல்லையென்றால், என் மார்புகளின் குறுக்கே புகுந்து தொப்புள் மீது, மலர்ந்த ரிப்பனோடு கிடக்கும் மூன்று பிரியிட்ட

தூங்கா இரவுகள்

என் கனத்த கூந்தல் அளவும் இருக்கலாம் என்று தோன்றியது.

வைகறை: 3 மணி

கூதல் இறங்கத் தொடங்கி விட்டது. மண் சுவரின் நுண் துளைகள் வழியாக நுழைந்து அந்தக் காற்றின் விரல்கள் என்னைத் தீண்டின. அம்மா கால்களைக் குறுக்கிப் படுத்தாள். அப்பா கொடிக்கயிற்றில் தொங்கும் அம்மாவின் சேலையைத் தூக்கத்திலேயே எடுத்துப் போர்த்திக் கொண்டார்.

பாம்பு இறங்கும் சத்தத்தைக் கூர்ந்தேன். அது இப்போது கூரையின் வேறு பக்கத்துக்குத் திரும்பிக் கொண்டிருக்கிறது. ஒலி வேறுபடுகிறது. உடம்பு புரளும் சத்தம் அது. காற்றில் ஆடும் கிளைகளின் நிழல் மீது அது ஏறிக்கொண்டிருக்கலாம். சுவர் வழியாக இறங்கி அது உள்ளே வந்துவிட்டால் என்ன செய்வது? கொஞ்சம் பயமாக இருந்தது. சிறுநீர் முட்டுவது போல் இருந்தது. மணி எத்தனை இருக்கும் என்று தெரியவில்லை. உரலுக்குள் படிந்த எள்ளு புண்ணாக்கு போல் இருள் கருத்திருந்தது.

தாளாத வெக்கையால் கச்சையின் கொக்கிகளை அவிழ்த்து விட்டிருந்த நான் கூதல் அடிக்கத் தொடங்கியதும் மீண்டும் கொக்கிகளைப் போட்டுக் கொண்டேன். அப்படிப் போடும்போது என் மார்புகளின் குறுக்கே கிடந்த பின்னி முடிந்த கூந்தலில் கை பட்டுவிட்டது. ஒரு நொடிதான் இருக்கும். ‘ஆ’வென பயத்தில் அலறிவிட்டேன்.

அப்பாவும் அம்மாவும் பதறி எழுந்து விளக்கை ஏற்றிப் பார்த்தபோது என் உடம்பு நடுக்கமெடுத்து ஆடிக்கொண்டிருந்தது.

- *குமுதம்*

முட்டு வேன்கொல் தாக்கு வேன்கொல்
ஓரேன் யானுமோர் பெற்றி மேலிட்டு
ஆஅ ஒல்லெனக் கூவு வேன்கொல்
அலமரல் அசைவளி அலைப்பவென்
உயவுநோ யறியாது துஞ்சும் ஊர்க்கே.
– குறுந்தொகை
ஔவையார் – பாலை – தலைவி கூற்று

காமாந்தகம்

1

"ஐயோ... என் காலு போச்சு..."

என் கதறல் கேட்டு சாந்தி ஓடி வந்தாள். காலை கீழே ஊன்ற முடியாமல் வலியால் தத்தளித்துக் கொண்டிருந்தேன் நான். கணுக்காலில் பலமான வெட்டு விழுந்திருந்தது. என்னை அப்படியே கைத்தாங்கலாகத் தரையில் அமர்த்தி வெட்டுக்காயத்தைப் பார்த்தாள். உள்சதையின் வெண்மையே தெரியுமளவுக்குக் கத்தி வகுந்திருந்தது. வெட்டு விழுந்தவுடன் கையை உதறி எறிந்த வெட்டுக்கத்தியின் கூர்மை முழுக்க படர்ந்திருந்த ரத்தம் அதற்குள் தோய்ந்து கருஞ்சிவப்பாகி விட்டிருந்தது.

எதையோ தேடுவதுபோல் சுற்றும் முற்றும் பார்த்தாள். துண்டிக்கப்பட்ட கத்தாழையின் அடிப்பகுதியிலிருந்து பச்சைநிற திரவம் ஒழுகிக் கொண்டிருந்தது. துண்டித்துக் கிடந்த பாதியிலும் அந்தத் திரவம் வழிந்து காய்ந்திருந்தது. சற்றேறக்குறைய கத்தாழையின் வெண்சதையைப் போலவேதான் இருந்தது கத்தி கிழித்த இடமும். காயத்தின் மீது தன் சேலையைக் கிழித்து ஈரப்படுத்திக் கட்டி விட்டாள்.

கவனப் பிசகால் காலில் விழுந்த வெட்டு. உண்மையில் நான் வெட்டுவதற்குக் குறிவைத்த நடுத்தரமான வாளிப்புடைய கருவேலம் கன்றைப் பார்த்தாள். இரண்டு கைப்பிடியளவு பெருத்த நல்ல கருத்த மரம். சொரசொரப்பான பட்டைகள் இன்னும் வந்திருக்கவில்லை. தோலில் நல்ல மினுமினுப்பு. இளம்பிராயத்தின் தளுக்கு. சின்னஞ்சிறிய கிளைகள் காற்றில் அசைந்து கொண்டிருந்தன.

வெட்டுப்பட்டு துண்டித்துக் கிடந்த கத்தாழையைக் கையில் எடுத்துப் பார்த்தவள்,

"ஏண்டி, கருவேலம் எது கத்தாழ எதுன்னு கூடவா தெரில?" என்றாள்.

"கருவேலம் மாதிரிதாண்டி இருந்திச்சு..." என்று முனகினேன்.

"இருக்கும்... இருக்கும்... நெனப்பு முச்சூடும் வேற எங்கியாவது இருந்தா... கள்ளிக்கும் கருவக் கட்டைக்கும் எப்படி வித்தியாசம் தெரியும்!" என்றாள்.

"இல்லடி... நான் வெட்டும்போது அந்த எடத்துல கருவேலங்கன்னுதான் இருந்திச்சு. அப்பறம் எப்படி மாறிச்சின்னே தெரில..." என்றேன்.

"ஏய்... எனக்கு நல்லா வாயில வந்துடும்... அப்பறம் கெட்ட வாத்தைல திட்டிப்புடுவேன்" என்றாள்.

சாந்தியின் கடுகடுப்பான வார்த்தைகளைக் கேட்டதும் நான் வாயை மூடிக் கொண்டேன்.

ஈரத்துணி போட்டு கட்டியும் ரத்தம் நிற்காமல் குதிகால் மூட்டு ஓரமாக வழிந்து ஓடிக் கொண்டிருந்தது. இப்படியே விட்டால் இன்னும் கொஞ்ச நேரத்தில்

எப்படியும் நான் மயக்கம் போட்டுவிடுவேன் என்பதுபோல் உடல் தளர்ந்தது.

"யம்மோ...வலி உசுரே போவுது" என்று வலியில் துடித்தேன்.

"நல்லா வலிக்கட்டும்...நீ ரொம்பத்தான் பண்ற" என்றாள்.

வார்த்தையால் கடிந்து கொண்டாலும் நான் வலியால் துடிப்பதை அவளால் தாங்கிக்கொள்ள முடியவில்லை. என்னை முறைத்து ஒரு பார்வை பார்த்தாள். எதையோ வாய்க்குள் சொல்லிக் கொண்டாள். 'பார்த்து செய்யக்கூடாதா?' என்று என்னைக் கடிந்து கொள்கிறாள் என்று புரிந்தது. எழுந்து எங்கோ ஓடியவள் கையில் ஒரு கைப்பிடியளவு வெட்டுக்காயப்பூண்டுச் செடியோடு திரும்பினாள். அதன் இலைகளைப் பறித்து தன் கைகளில் வைத்து கசக்கி ஈரத்துணியை நீக்கி காயத்தில் வைத்து மீண்டும் துணியால் கட்டிவிட்டாள். அந்தச் செடியின் அழுத்தமும் அதன் சாறும் காயத்தில் இறங்கி வலி மெல்ல குறையத் தொடங்கியது. கரைந்து கொண்டிருக்கும் அந்த வலியை நான் ருசிக்கத் தொடங்கினேன்.

"நல்லவேள வெட்டு எலும்புல படல" என்றாள்.

அவள் முகம் கவலை தோய்ந்திருந்தது. வலி ருசியாக மாறத்தொடங்கியதும், கணுக்கால் சதையில் கோடு கோடாய் ஓடி கிளைத்திருந்த காய்ந்த ரத்தத்தை விரலால் சுரண்டி நாக்கில் வைத்து சுவைத்துக் கொண்டிருந்தேன் நான். தொடையைப் போல் வழுவழுப்பாக இல்லாமல் முட்டிக்குக் கீழுள்ள

கால்பகுதி மெல்லிய கருமுடிகள் படர்ந்து வித்தியாசமாக இருந்தது. உறைந்த ரத்தத் துணுக்குகளை அந்த முடிகள் பிடித்துக் கட்டிப்போட்டுக் கொண்டன. முடியிலிருந்து விலக்கும்போது உச்சி வரை ஒரு வாயூறும் வலியை உணர்ந்தேன். காய்ந்த ரத்தத்தைச் சுரண்டி சுவைப்பதைக் கண்ட சாந்தி 'அட... கருமமே' என்பதுபோல் என்னைப் பார்த்தாள்.

"எட்டி... நீயென்ன காட்டேரியாடி..." என்றாள்.

உடம்பை ஒரு முறுக்கு முறுக்கி முறுவலித்துக் காட்டினேன் நான். மெல்லிய கோபத்தோடு என் வாயிலிருந்த விரலைத் தட்டிவிட்டாள். 'பைத்தியம்' என்று திட்டிவிட்டுப் பக்கத்தில் உட்கார்ந்து கொண்டாள். அவள் கண்கள் என்னைப் பரிதாபமாகவும் அச்சமாகவும் பார்த்தன.

காயத்திலிருந்து ரத்தம் வழிவது முற்றிலும் நின்று போயிருந்தது. வெட்டு விழுந்திருந்த பிளவில் சதைகள் நெருங்கி வரும் குறுகுறுப்பை நான் உணர்ந்தேன். மிச்சமீதி உறைந்த ரத்தத் திட்டுக்களைச் சுரண்டி வாயில் வைத்தேன். என் கண்கள் கிறங்கத் தொடங்கின.

"ஒனக்கு மண்டக் கொழம்பிப் போச்சின்னு நெனைக்கேன்..." என்றாள்.

"இதுஅவனோட ரத்தம்டி..." என்றேன்.

அப்போது என் கண்கள் ஒளிர்ந்தன. என் முகம் அடைந்த பரவசத்தைச் சட்டென ரசிக்கத் தொடங்கினாள் சாந்தி.

"அப்படி என்னடி செஞ்சான். இப்பிடி மசங்கிப் போயிக் கெடக்கற?" என்றாள்.

காமாந்தகம்

சம்மணம் போட்டு எனக்கு முன் உட்கார்ந்து கொண்டாள். அவளுக்கு ஆர்வம் தொற்றிக் கொண்டது. அவன் பேச்சு வந்தவுடன் எனக்கிருந்த கொஞ்சம் வலியும் மாயமாய் மறைந்து போனது.

நான் ஒரேயொரு சம்பவத்தைத்தான் சொன்னேன். அதற்கே வாயை 'ஆ' எனப் பிளந்து உட்கார்ந்து விட்டாள். நான் சொன்ன கதையின் கவிச்சையை அவளால் தாங்க முடியவில்லை.

2

இதே கருவேலங்காட்டில்தான் நான் காலால் போட்ட கட்டுகளை அவன் கையால் அவிழ்த்தான். ஆயிரம் நாட்களின் காதல் அவ்வளவு மூர்க்கமானதாக இருந்தது! ஊர் எல்லை குளத்துப் படித்துறையிலும், கரிசல் காட்டு ஒத்தையடிப் பாதைகளிலும், கோடைநாள் கூத்துகளிலும், காலையிலும் இரவிலும், வெயிலிலும் மழையிலும் நானும் அவனும் ஒருவரிடம் ஒருவர் பேசாமல், ஒரு தூதுக்குக் கூட வழியில்லாமல், பார்த்துப் பார்த்து ஏக்கம் பிடித்து வளர்த்த காமத்தை அந்த மூங்கில் காட்டில்தான் திறந்து பார்த்தோம். அதுவொரு காட்டுப்பூவைப்போல் மலர்ந்திருந்தது.

அன்றும் இதேபோல் அந்தி சாயும்பொழுதுதான். பனையிலிருந்து தலைகீழாகப் பாம்பு இறங்குவதைப்போல் இரவு வானிலிருந்து இறங்கிக் கொண்டிருந்தது. தாம்பு அறுந்து கொண்டு தொலைந்த எங்கள் மாடு ஒன்றைத் தேடிக்கொண்டு இந்தக் காட்டில் நின்றிருந்தேன் நான். எங்கள் வீட்டில் அனைவரும் ஆளுக்கொரு திசையாய்த் தேடிக்கொண்டிருந்தோம்.

மேய்ச்சல் காட்டிலிருந்து வீடு திரும்பும் போதெல்லாம் இந்த வேலங்காட்டில்தான் அந்த மாடு அடிக்கடி நுழைந்து கொள்ளும். ஏதோவொரு மாயச்செடியை இந்தக் காட்டில் அது கண்டுபிடித்து வைத்திருக்கும் போல. பலநாள் நான் அதை இங்கிருந்துதான் பிடித்துக்கொண்டு போவேன். அந்த ஞாபகத்தில் அன்று இங்கு தேடிக்கொண்டு வந்திருந்தேன்.

அந்தக் காட்டின் முகப்பில் நின்றிருந்த பனைகளில் மட்டைகள் சத்தம் போட்டுக்கொண்டிருந்தன. வரிசையாக ஐந்தாறு பனைகள். கரை மாதிரி ஒரு நீண்ட மேடு. காட்டின் எல்லையைக் காட்ட ஊரார் போட்ட தடுப்புக் கரையோ! அப்படியும் இருக்கலாம். எனக்கென்ன தெரியும்? நான் சின்னஞ்சிறிய பெண். எனக்கு நாலு இலைகள் விட்டு ஒருசில ஆண்டுகள்தான் ஆகின்றன.

கரையின் இறக்கத்தில் நின்றிருந்த அந்தப் பனைகளைக் கண்டதும், இந்த மேட்டில் இப்போது அவன் எதிரே நடந்து வந்தால் எப்படியிருக்கும் என்று என் மனசுக்குத் தோன்றியது. அதுவொரு கள்ளக் கணக்கு. அதன் சூத்திரத்தைப் படிக்கத் தெரிந்தவனாக இருந்தால் இந்நேரம் அவன் மூக்கில் வேர்த்திருக்கும். இங்கே எங்காவது புதரில் முயலின் புழுக்கைகளை நொறுக்கி வாசம் பிடித்துக் கொண்டிருப்பான். நான் மாடு தேடுவதை விடுத்து சகுனம் பார்க்க காதுகளைக் கூர்மையாக்கினேன்.

அங்கு நின்றிருந்த அத்தனை பனைகளிலும் கண்களை ஓடவிட்டேன். மூன்று பெண் பனைகள். இரண்டு ஆண் பனைகள். ஒரு வடலிப் பனை. மொத்தம் ஆறு. ஒன்று, இரண்டு, மூன்று, நான்கு என்று வரிசையாய்ப் பனைகளின் உச்சியைப் பார்த்து எண்ணிக்கொண்டே

போனேன். அந்த மூன்றாவது பனையும் ஐந்தாவது பனையும் மற்றதை விட கருப்பாக இருப்பதுபோல் பட்டது. மட்டைகளைத் துழாவிப் பார்த்தேன். கருமையான குருத்துகள் இரண்டு மரத்திலும் தொங்கிக் கொண்டிருந்தன. அந்த இரண்டு பனைகளிலும் குறி வைத்தேன். ஆம். அதில் அடிக்கும் சகுனம்தான் பொருத்தமாக இருக்கும். அதுதான் பலிக்கும். ஆமாம், ஆண் பனையிலேயே சகுனம் கேள் என்று எனக்கு எதுவோ கட்டளை போட்டதுபோல் அந்த மரங்களைக் கூர்ந்தேன்.

இரண்டு பனைகளில் ஒன்றை ஓர் ஓணான் கட்டியணைத்துக் கொண்டிருந்தது. பனையைத் தழுவும் ஓணான் நல்ல சகுனமாக இருக்குமா? அது பொருந்தாது, அது எப்படி சகுனமாகும்? நான் பல்லி ஏதாவது ஒட்டியிருக்கிறதா என்று அடிமுதல் நுனிவரை கணுவுக்குக் கணு அளந்து பார்த்தேன். ம்கூம். ஒன்றுமில்லை. மேலே மட்டைகளில் காக்கா ஏதாவது அமர்ந்திருக்கிறதா என்று பார்த்தேன். காக்கா நல்ல சகுனமில்லையே. அது வேண்டாம்.

அந்த இரண்டு ஆண் பனைகளில் ஒன்று தன் காய்ந்த குருத்து ஒன்றை இச்சமயம் உதிர்த்தால் நல்ல சகுனமாக இருக்கும் என்று நானே ஒரு முடிவுக்கு வந்தேன். அப்படி ஒன்றும் விழவில்லை. கொஞ்ச தூரத்தில் ஓர் ஏகாந்தமான குரல். 'கூ... கூ... கூ...' என்று. அந்தக் குரல் நல்ல சகுனமாக இருக்கும் என்று நானே சொல்லிக்கொண்டேன். குயில் யாரையோ அழைக்கத்தான் கூவுகிறது என்பாள் பாட்டி. அவள் கதையில் குயில்கள் யாரையோ அழைத்தபடியே இருக்கும். இளம் வயதிலேயே அவளைப் பிரிந்த தாத்தாவாக இருக்கும். நான் குயிலின் சத்தத்தைச்

சகுனம் என்று நம்பினேன். குரல் வந்த திசை எனக்குப் பிடித்த திசை.

மேற்கில்தான் நான் பிறந்தேன். என் அம்மாவுக்கு வலியெடுத்தபோது அவள் மேலக்காட்டில்தான் புல்லறுத்துக் கொண்டிருந்தாள். காட்டில்தான் என்னை ஈன்றாள். நான் அவள் கையில் கொடுக்கப்பட்டபோது சூரியன் நன்கு சிவந்து மேற்கில் இறங்கிக் கொண்டிருந்தது. மேற்கே திரும்பி உட்கார்ந்து கொண்டுதான் எனக்குத் தன் முதல் சொட்டுப் பாலை வாயில் பிதுக்கிவிட்டாள் அம்மா. முதல் சொட்டுப் பாலை நாக்கில் ஏந்திய நான் அந்தச் சிவந்த கதிரவனையும் சேர்த்துச் சுவைத்தேன்.

மேற்கேயிருந்து மழை வந்த நாளொன்றில்தான் நான் வயதுக்கு வந்தேன். என் முதல் ருது ரத்தம் மேற்கில்தான் வழிந்து ஓடியது. வீட்டில் மேற்கில்தான் தலை வைத்துப் படுக்கிறேன். என் ருது துணிகளை மேற்குப் பக்க எரவானத்தில்தான் செருகி வைக்கிறேன். மேற்குத் திசை எனக்கானது. இயற்கை எனக்கு அந்தத் திசையைப் பரிசாகக் கொடுத்திருக்கிறது. மேற்கிலிருந்து ஒருநாளும் கெட்ட செய்தியே வந்ததில்லை. நான் பிறந்தேன், நான் வயசுக்கு வந்தேன் என்பதுபோல் வந்தவை எல்லாமே நல்ல செய்திகள்.

குயில் கூவிய மேற்கில் மூங்கில் நெடுநெடுவென்று வளர்ந்திருந்தது. மாடு அதற்குள் போய் நின்று கொண்டிருக்குமோ! அங்கிருக்கும் நிழலோட்டத்தில் அது படுத்திருக்குமோ! ஒருவேளை அவனும் அங்கிருக்கக் கூடுமோ! நான் சகுனத்தை முழுமையாக நம்பிவிட்டேன். என் மனம் ‘மூங்கில் தோப்பில் புகுந்துவிடு’ என்றது.

அந்தியின் மஞ்சள் வெளிச்சம் தோப்பில் இறங்கியிருந்தது. மூங்கில் இலைகளுக்கு நடுவே நுழைந்து தரையிறங்கியிருந்த வெளிச்சத்தைப் பார்த்தேன். மஞ்சள் கிழங்கு நிறத்தில் இலைகளும், மஞ்சள் கரைசல் நிறத்தில் வெளிச்சமும் சிதறியிருந்தன. சகுனம் வா என்று உள்ளே அழைத்தது. என் கால்கள் அனிச்சையாக உள்ளே நடந்தன. தோப்பில் நான்கு போத்துகள். ஒவ்வொரு போத்திலும் இருபதுக்கும் மேற்பட்ட வாரைகள். ஒவ்வொன்றும் வானை முட்டிக்கொண்டு நின்றிருந்தன. மெல்லிய கிளைகள் வளைந்து படர்ந்திருந்தன.

என் கால்கள் மெல்ல அடியெடுத்து வைத்தன. மேற்கு பக்கமிருந்த ஒரு போத்தின் பின்னாலிருந்து என் மாட்டின் வால் வெளிப்பட்டது. பிறகு அதன் இரண்டு கொம்புகள் தெரிந்தன. நான் ஓடிச்சென்று மாட்டின் முன்னால் நின்றேன். அவன் அங்கு ஒரு கனவைப்போல் உட்கார்ந்திருந்தான். நான் என் மாட்டைத் தேடுவதைத் தெரிந்துகொண்டு அதைத் தேடிக் கண்டுபிடித்து வைத்துக்கொண்டு எனக்காக உட்கார்ந்திருந்தான். என் இதயத் துடிப்பு உடல் தாண்டி வெளியே கேட்பதை நான் மறைக்க முயன்றேன்.

அதோ அந்த மூங்கில் புதருக்குள்தான் இந்த நிலத்தின் அதிசுவையான ஈச்சங்கிழங்கைத் தோண்டி எடுத்து வந்து எனக்குக் கொடுத்தான். அந்தச் சுவை என் நாக்கில் ஒட்டி தொண்டைக் குழிக்குள் இறங்கியபோது நாங்கள் புதருக்குள் குழிபறித்தோம். அவனுடைய கன்னங்கரேலென்ற பரந்த முதுகில், அதில் ஊறிய வேர்வையில் என் கன்னத்தை வைத்து படுத்துக் கிடந்த அந்தச் சிறிய பொழுதைப் பிறகு நான் அடிக்கடி நுகர்ந்தேன்.

3

"அடி கள்ளி... என்னெல்லாம் செஞ்சிருக்க... எனக்கெப்படி தெரியாமப் போச்சி!?" என்றாள் சாந்தி.

அவளால் நான் சொன்னதை நம்ப முடியவில்லை. தோழிக்குத் தெரியாமல் காதல், கூடல்... இதற்கெல்லாம் வாய்ப்பே இல்லை. இவையனைத்தும் நீ கற்பனை செய்து சொல்லும் கதைகள் என்றாள். என் கை விரல்களைப் பிணைத்துத் தாவாயில் வைத்துக்கொண்டு உடலை ஊஞ்சலைப் போல் ஆட்டிக்கொண்டே அவளைக் கேலியான பார்வையால் பரிகாசம் செய்வதுபோல் பார்த்தேன். அவளுக்குக் கோபம் வந்துவிட்டது.

"அடி... புலுகுணி. எங்கிட்ட வேஷம் போடாத. உண்மையச் சொல்லு" என்றாள்.

"ஏய்... நெசமாத்தான் சொல்றேன்... நம்புடி" என்று அவள் தொடையைக் கிள்ளினேன்.

'ஸ்... ஆ...' என்று வலியால் துடித்தாள்.

"ஒனக்கு நெஞ்சழுத்தம் ஜாஸ்தி... நீ செஞ்சாலும் செஞ்சிருப்ப..." என்றாள்.

தொடர்ந்து நான் சொன்ன கவிச்சைக் கதைகளுக்கு அவளால் காது கொடுக்க முடியவில்லை. "சாமி ஆளவிடடி" என்று கெஞ்சினாள்.

கழுத்து முட்டும் தண்ணீரில் நிற்பதுபோல் மேற்கில் சூரியன் மறைந்து கொண்டிருந்தது. நான் வெட்டிப் போட்ட விறகுகளையும் அவளே கட்டினாள். விறகுகள் குறைந்து கட்டு கனமற்று இருந்தது. அவளுக்குக் கனத்த கட்டு. எனக்கு முதலில் தூக்கி

வைத்துவிட்டு, அவளது கனத்த கட்டுக்கு நடுவே தலையை முண்டு கொடுத்து ஒரு முட்டு முட்டினாள். அவ்வளவுதான். கட்டு தலையில் ஜம்மென்று உட்கார்ந்து கொண்டது. வீட்டுக்கு வரும் வழியில், எதிரெதிரே இரண்டு ஆலமரங்கள் நிற்கும் குளத்தைப் பார்த்தேன். குளம் முழுக்க அல்லி இலைகள். மலரும் நிலையில் ஆயிரம் மொக்குகள். கள்ளத்தனமாக நான் சிரித்துக்கொண்டேன். சாந்தி என் புட்டத்தில் ஒரு தட்டு தட்டினாள்.

விறகுக் கட்டை வீட்டுக்கு முன் இறக்கிப் போடும்போது வெட்டுப்பட்ட இடத்தில் சுரீரென்று ஒரு வலி. இவ்வளவு நேரம் எங்கு ஒளிந்திருந்ததோ அந்த வலி. வீட்டைப் பார்த்தவுடன் கண் விழித்துக் கொண்டது. வலிக்குக் கூட காட்டில் எப்படி வலிக்க வேண்டும், வீட்டில் எப்படி வலிக்க வேண்டும் என்று தெரிந்திருக்கிறது! என்னைக் காட்டிக் கொடுக்க பார்க்கிறது! ஆனால், காயத்தை யாரிடமும் நான் காட்டவில்லை. அதை ஒரு புது மச்சத்தை மறைப்பதைப்போல் ஒளித்துக்கொண்டேன்.

4

இரவில் நெடுநேரம் நான் உறங்கவில்லை. ருதுநாள் என்பதால் பட்டியில் நார்க்கட்டிலைப் போட்டு தனியே விட்டுவிட்டாள் அம்மா. ஒவ்வொரு மாதமும் இப்படித்தான். அம்மாவுக்கு ருதுநாள் என்றாலும் அவளும் இப்படித்தான் தனித்திருப்பாள். ஆடுகளின் கருப்பும் சேர்ந்து கொண்டதால் பட்டி கன்னங்கரேலென்று இருண்டு போய் கிடந்தது.

ஆடுகள் உதிர்க்கும் புழுக்கைகள் உருண்டு என்னிடம் ஓடிவந்தன. கட்டிலில் கிடந்தபடியே அவைகளைக் கைகளால் தேடி எடுத்து முகர்ந்தேன். காட்டுச்செடிகளின் அழுகிய நாற்றம் அதில். இந்த ஆடுகள் காடுகளை உண்டு காட்டின் வாசனையைப் புழுக்கைகளாக உதிர்க்கின்றன போலும்!

அந்தப் புழுக்கைகளை ஒவ்வொன்றாக என் உடம்பில் ஒட்டவைத்துக்கொண்டே சென்றேன். தூக்கம் வரவில்லையே, அதனால் அப்படியொரு விளையாட்டு. நெற்றியில் ஒன்று, இமைகளை மூடி இரண்டிலும் ஒவ்வொன்று, மூக்கின் நுனியில் வைக்க முடியவில்லை, அதற்கும் கீழே மேலுதட்டு மேட்டில் குமிழ்போல் ஒரு குழி இருக்குமே அதில் ஒன்று, உதட்டில் ஒன்று, தாவாயில் ஒன்று, தொண்டைக்குழியில் ஒன்று, நெஞ்சு நடுவே ஒன்று, நெஞ்சுக்குழியில் ஒன்று, தொப்புள் குழியில் ஒன்று, அடிவயிற்றில் ஒன்று... படுத்துக்கொண்டே கைகளுக்கு எட்டும் தூரம் வரைக்கும் ஒவ்வொரு புழுக்கையாக வைத்துக்கொண்டே சென்றேன்.

அப்படி செய்தபோது என் உடம்பின் ஒவ்வொரு இணுக்கையும் இந்தக் காட்டின் வாசனையால் நான் நிரப்புவதாக நினைத்தேன். அத்தனையும் ஈரப்புழுக்கைகள். அவற்றை என் உடலில் ஒவ்வொரு இடமாக வைக்கும்போது அதிலிருந்து வெளிப்பட்ட வெப்பமும் குளிர்ச்சியும்–ஆம் இரண்டு தன்மையும்தான்– என்னை ஒரு பரந்த காடுபோல் மாற்றுவதாக நினைத்தேன்.

புழுக்கைகளை என் உடம்பில் ஒட்டி விளையாடியபோது எனக்குத் தாளவொண்ணாத நடுக்கத்தையும் பரவசத்தையும் சில இடங்கள் கொடுத்தன. என் இமைகளுக்கு நடுவே புழுக்கையை வைத்தபோது

உள்ளிருக்கும் கருவிழிகள் முட்டி வெளியே வந்து அமர்ந்து கொண்டதைப்போல் இருந்தது. அதேபோல் என் மார்புகளில் வைத்தபோது அங்கே ஏற்கெனவே இரண்டு புழுக்கைகளை நான் வைத்திருந்தேன். ஆக ஒவ்வொரு மார்பிலும் அந்த இரவில் இரண்டு புழுக்கைகள் இருந்தன.

எனக்குச் சிரித்து மாளவில்லை. இதை யாராவது பார்த்தால் என்ன சொல்வார்கள். ஒவ்வொரு முலைக்கும் இரண்டு காம்புகள் கொண்டவளை ஆச்சரியமாகப் பார்ப்பார்கள். நான் மனிதப் பிறவியல்ல, வேறேதோ கிரகவாசி என்று நினைப்பார்கள். நான் அதை நினைத்து நினைத்து சிரித்துக்கொண்டேயிருந்தேன்.

பட்டியில் பெரும்பகுதியும் கொறாக்கள்தான். பதினெட்டு கொறாக்கள். என்னைப்பார் உன்னைப்பார் என்று நெகுநெகுவென்று வளர்ந்த கொறாக்கள். அவற்றில் பதிமூன்று உருப்படிகள் சினை. அந்த பதிமூன்று கொறாக்களின் வயிற்றையும் நிரப்பியது ஒரேயொரு கிடாதான். நான் அந்தக் கிடாயை இறங்கிச் சென்று தொட்டுப் பார்க்க விரும்பினேன். 'ச்சீ... என்ன நினைப்பு. அது கூடாது, தப்பு' என்று கன்னத்தைக் கிள்ளிக் கொண்டேன். ஆனால், ஆசை விடவில்லை. சத்தம் காட்டாமல் கட்டிலை விட்டு இறங்கி அந்தக் கிடா கட்டப்பட்டிருக்கும் இடத்திற்குச் சென்றேன். அந்த இருட்டிலும் அது, புது கொறா ஒன்றை ஆழ்ந்து நுகர்ந்து கொண்டிருந்தது. நான் அதன் புடைத்த வயிற்றைத் தொட்டேன். அது சிலிர்த்தது. தடவிக்கொண்டே போய் அதன் நெற்றியில் கை வைத்தேன். அதன் மூச்சு என் மீது வெப்பமாகப் பரவியது.

ஓடிவந்து கட்டிலில் படுத்துக்கொண்டேன். என் மார்புகள் இயல்பில்லாமல் ஏறி இறங்கின. எனக்கு இரண்டு விசயங்களில் சந்தேகம் வலுத்தது. 'உள்ளே நிற்பது அவனோ? இல்லை... அந்தக் கிடா நுகர்ந்த கொறா நானோ!' என்னால் மூச்சைச் சீராக விட முடியவில்லை.

என்னை இப்படி, ஆட்டுக்கும் மனுசனுக்கும் வித்தியாசம் தெரியாமல் புலம்ப வைத்துவிட்ட அவனை நினைக்க கோபமாக வந்தது.

"டேய்... கருப்பா... எங்கடா இருக்க?" என்று சத்தம் வெளியே விழாதபடிக்கு வாய்விட்டுக் கத்தினேன். அந்த சத்தம் ஆடுகளின் காதுகளில் விழுந்திருக்கும் போல. எல்லா ஆடுகளும் என் பக்கம் திரும்பி மூச்சு விட்டன.

5

மிகப்பெரிய புழுதி மண்டலத்தில், நூற்றுக்கும் மேற்பட்ட அடிமாடுகளின் பின்னால், ஏதோ புழுதிப் புயலில் சிக்கிக் கொண்டவனைப்போல் அவன் போய்க் கொண்டிருந்தான். அதுவொரு சமவெளிப் பகுதியாக இருந்தது. கண்ணெட்டும் தூரம் வரை அறுவடை முடிந்த புஞ்சை நிலங்கள். விளைச்சலையெல்லாம் சம்சாரிகள் வீட்டுக்குக் கொண்டுபோய் சேர்த்த பிறகு இந்த நிலங்கள் பாலைவனமாகிவிடுகின்றன. மணல் பகுதியும், செம்மண் பகுதியும் மாறி மாறி வந்துகொண்டிருந்தன. மாடுகள் செம்மண் காடுகளில் போய்க்கொண்டிருந்தன. வானம், பூமி எல்லாவற்றையும்

மறைத்துக்கொண்டு செம்புழுதி பறக்கிறது. என் உடம்பெல்லாம் புழுதி. எனக்கு மூச்சை அடைத்தது.

"ஐயோ... மூச்சை அடைக்கிறது... ஏய் கருப்பா... மாடுகளை வேற பாதைகளில் ஓட்டிப்போகக் கூடாதா?" என்றேன்.

இப்போது குரல் கொஞ்சம் வெளியே வந்துவிட்டது. என் குரல் கேட்ட ஆடுகள் படபடவென்று எழுந்து ஒன்றோடொன்று மோதிக்கொண்டன. எழுந்த வேகத்தில் ஆடுகள் எல்லாம் ஒரே நேரத்தில் மோண்டதால் ஏதோ கூரையைப் பிய்த்துக்கொண்டு மழைக் கொட்டுவதைப்போல் சத்தம் உண்டாகி விட்டது.

வீட்டுக்குள் யாரோ எழுந்து உட்காரும் அரவம் கேட்கிறது. கதவு லேசாகத் திறக்கப்படுகிறது. காலடிகள் மெதுவாக ஆட்டுக் கொட்டகைக்கு வருகின்றன. படுப்பதற்கு முன் படலை இறுக்க சாத்தி உள் பக்கம் கயிறு மாட்டியிருந்தேன். படலில் கை படும் சத்தம் கேட்கிறது. ஆடுகள் வெளியே உருவம் நிழலாடுவதைக் கண்டு அஞ்சுகின்றன. ஒன்றோடொன்று ஒண்டி நிற்கின்றன. சத்தம் காட்டாமல் உடலைச் சமன்படுத்துகிறேன். உடம்பில் ஒட்ட வைத்திருந்த ஆட்டுப் புழுக்கைகள் நழுவி விழுந்து விடாதவாறு ஒரு படித்துறைக் கல்லைப்போல் உறுதியாகக் கிடந்தேன். கூரை விளிம்புக்கும் படல் விளிம்புக்கும் இடையே கை விடும் அளவுக்கு இடமிருந்தது. அந்த வெற்றிடம் வழியே நான் கவனிக்கப்பட்டேன். என்னால் அதை உணர முடிந்தது. என்னிடமிருந்து சீரான குறட்டை வருவதுபோல் செய்தேன். படலைப் பிடித்துக்கொண்டிருந்த கைகள் மெல்ல விலகுகின்றன. யாராக இருக்கும்? அம்மாவா?

பாட்டியா? வாசனை ஏதாவது வருகிறதா என்று ஆழ்ந்து நுகர்ந்தேன். அம்மாவாக இருந்தால் மஞ்சள் வாசமும், பாட்டியாக இருந்தால் புகையிலை வாசமும் வரும்.

ஆனால், ஒரு வாசமும் வரவில்லை.

அப்பாவாக இருக்குமோ? நான் வாய்விட்டுக் கத்தி விட்டேனோ? 'டேய் கருப்பா' என்ற என் குரல் அவர் காதில் விழுந்திருக்குமோ? மனசு பரபரவென்று யோசனை செய்யத் தொடங்கியது. சந்தேகம் கேள்விகளாக வந்து குவிந்துகொண்டே இருந்தது.

வெளியே தெரியும் அரவமற்ற உருவம் கண்டு ஆடுகள் லேசாய் குரல் கொடுத்தன. அவைகளால் அச்சத்தைப் பொறுக்க முடியவில்லை. புதிய புழுக்கைகள் உதிர்கின்ற ஓசை தெளிவாய் கேட்கிறது. ஆடுகளின் சூடான மூத்திர வாடை என்னை நிறைக்கிறது. நான் பேய் உறக்கம் போடுவதுபோல் நடித்தேன்.

கொட்டகையை விடுத்து கால்கள் வாசற்படலை நோக்கி மெல்ல நடக்கும் சத்தம் கேட்கிறது. நான் மெதுவாக எக்கிப் பார்க்கிறேன். தெற்கு மூலையில் நிற்கும் பூவரசு மரத்தின் பரந்த நிழல் கொட்டித் தெருவாசல் கருமையேறி கிடக்கிறது. வாசற்படலைத் திறந்து வெளியே போன உருவம் பீடியைப் பற்ற வைத்தபோதுதான் என்னால் நிம்மதியான மூச்சை விடமுடிந்தது. அது அப்பாவேதான். அவர் குடிக்கும் பீடியின் வாசனைதான் அது.

சற்று நேரம் நின்று தெருவெங்கும் பீடி வாசனையைப் பரப்பியவர் அப்படியே தெற்கே குளத்தங்கரைக்குப்

போகும் சாலையில் நடக்கத் தொடங்கினார். ஒவ்வொன்றாக ஊர்க்கோழிகள் கூவத் தொடங்கின.

இனிமேல்தான் காட்டுமுல்லை நல்ல வாசனையைக் கொடுக்கும் என்று நான் எனக்குள் சொல்லிக் கொண்டேன்.

- **கனலி.** இணைய இதழ்

கேட்டிசின் வாழி தோழி அல்கற்
பொய்வ லாளன் மெய்யுறல் மரீஇய
வாய்த்தகைப் பொய்க்கனா மருட்ட ஏற்றெழுந்து
அமளி தைவந் தனனே குவளை
வண்டுபடு மலரிற் சாஅய்த்
தமியேன் மன்ற அளியேன் யானே.

குறுந்தொகை-
கச்சிப்பேட்டு நன்னாகையார்
பாலை – தலைவி கூற்று

நெடுங்கடல்

1

கரையொதுங்கி நின்ற கட்டுமரத்தின் மீது சின்னச் சின்ன உயிர் கிளிஞ்சல்கள் ஏறிக் கொண்டிருந்தன. கடற்காற்று பட்டு உப்பு படர்ந்து நின்ற அந்தச் சிறிய கட்டுமரத்தின் ஒரு விளிம்பில் அமர்ந்து கடலையே வெறித்துக்கொண்டிருந்தான் டேவிட். புரண்டு வரும் அலைகளில் சிக்கிக் கரைக்கு வருவதும் திரும்புவதுமாக இருந்த ஒரு பாலித்தீன் பை மீது அவனுடைய கவனம் குவிந்திருந்தது.

"இன்னும் ஏன் இங்கியே உட்காந்திருக்கிற டேவிட். நாந்தான் அப்பவே போவ சொல்லிட்டன்ல..."

பின்னாலிருந்து என் குரல் கேட்டதும் கட்டுமரத்தில் இருந்து கீழே இறங்கினான். அவனுடைய கண்கள் இறந்த சிப்பியைப்போல் இருந்தன.

"இல்ல மேரி... நான் ஜெனியப் பாக்கணும். ப்ளீஸ்... ஒரு தடவ... இந்த ஒரே ஒரு தடவ எனக்கு ஹெல்ப் பண்ணு மேரி. ப்ளீஸ்."

கண்களில் நீர் கோர்க்க கெஞ்சினான். என்ன சொல்லி அவனைத் தேற்றுவது என்று தெரியவில்லை.

கடற்கரையில் காற்றின் வேகம் கூடுவதுபோல் இருந்தது. டேவிட் கட்டுமரத்தைச் சுரண்டிக் கொண்டிருந்தான். கடலின் நெடுந்தூர நீலம் லேசாய்க் குறைவதுபோல் இருந்தது. தூரத்தில் ஓலைக்குடிலின் மறைவில் நின்ற ஜெனிஃபரைப் பார்த்தேன். அவ்வளவு நேரம் இங்கே கவனித்துக் கொண்டிருந்தவள் தன் உடலை உள்ளிழுத்துக் கொண்டாள். அவளது நிலை எனக்கு நன்கு தெரியும். ஜெனிஃபர் சொல்லி அனுப்பியது நினைவில் வந்தது.

“மேரி... இனிமே வரவேணாம்னு சொல்லு. இனிமேலும் அவனை நான் சந்திச்சா இந்தக் கடல் தாய் என்னை மன்னிக்க மாட்டாள்னும் சொல்லு. எங்கப்பா மறுபடியும் கடலுக்குப் போவணும். எங்க கட்டுமரம் ரொம்ப நாளா பாசி புடிச்சிக் கெடக்கு. கடலோட உப்புத்தண்ணி அது மேல படணும். கடல் காத்து எங்க அப்பா மேல படணும்... இப்போதைக்கு எனக்கு என் அப்பாதான் எல்லாமேன்னு சொல்லு மேரி.”

டேவிட்டை பார்க்க பரிதாபமாக இருந்தது. ஈரம் ஊறிப்போய் நின்றிருந்த கட்டுமரத்தில் அவன் சுரண்டிய இடத்தைப் பார்த்தேன். அதில் ஜெனிஃபர் என்று எழுதியிருந்தான். வரிசையாக இருபதுக்கும் மேற்பட்ட முறை அவள் பெயரை எழுதியிருந்தான்.

உரக்கவே அவனை அழைத்தேன். அப்படியே விட்டால் இந்தக் கட்டுமரத்தை சுரண்டியே அழிச்சிடுவான் போலிருந்தது. வார்த்தையில் சலிப்பை வரவழைத்துக் கொண்டேன்.

“இதென்ன ஒன் அப்பன் ஊட்டு கட்டுமரம்னு நெனச்சியா. போன்னு சொல்றேன்ல. இங்கியே நின்னு

என் உசுர எடுக்காத… ஒனக்கும் அவளுக்கும் நடுவில கெடந்து நான் செத்துருவன் போலிருக்கு…”

‘என்னிடம் கொஞ்சம் கருணை காட்டுங்கள் பரமபிதாவே’ என்று கர்த்தரிடம் மண்டியிட்டிருப் பவனைப்போல் அவன் காணப்பட்டான். என்னால் சீராக மூச்சுவிட முடியவில்லை. இவர்களுடைய துக்கம் என் நெஞ்சத்தை அடைத்துக்கொண்டு கிடக்கிறது.

2

கடலில் இருந்து பிடித்துவரப்படும் மத்தி மீன்களின் விரைத்த உடல்களை அன்னக்கூடையில் அள்ளிக்கொண்டு இந்தக் கடல் கிராமத்திற்கு வெளியே இருக்கும் நகரத்தின் சந்தைக்கு விற்பனைக்குச் சென்றபோதுதான் ஜெனிஃபரும் நானும் அவனை முதன்முதலில் பார்த்தோம். எங்களுக்குச் சந்தையின் உள்பகுதியில் விற்பனை செய்ய இடமில்லாததால் நானும் ஜெனியும் சந்தைப்பகுதி முடியும் மேற்குப்பகுதியில் மீன் கூடையோடு அமர்ந்திருந்தோம்.

டேவிட் அவனுடைய அம்மாவுடன் மீன் வாங்க வந்திருந்தான். அவனுடைய அம்மா நல்ல சிவப்பு நிறத்தில் சுடிதார் அணிந்து, வெண்ணிற ஷால் மூலம் தன் நெஞ்சுப்பகுதியை அழகாக மறைத்திருந்தாள். அவளைப் பார்த்தாள் அவனுக்கு அம்மாபோல் தெரியாத வண்ணம் இளமையாக இருந்தாள். நாங்கள் அவர்களைத் தூரத்தில் பார்த்தபோதே பெட் கட்டிக்கொண்டோம். ஜெனி, அவர்கள் தாயும் மகனும்தான் என்றாள். இல்லை, அவன் தம்பியாகவும் அவள் அக்காவாகவும் இருக்கக்கூடும் என்றேன்

நான். ஆனால், அவர்கள் எங்கள் கூடையை நோக்கி குனியும்போது ஜெனி சொன்னதுதான் சரியென்று கண்டுபிடித்தோம்.

நான்தான் கேட்டேன்.

"மேடம்... நீங்க இவரோட அக்காதானே?"

அவளுக்கு வெட்கமும் சிரிப்பும் வந்துவிட்டது. குனிந்தவாறே என் குறுகுறுப்பான கண்களை ஏறிட்டுப் பார்த்தவள் சொன்னாள்:

"இவன் என்னோட பையன்மா."

எனக்கு வெட்கம் தின்றது. நான் ஜெனி பக்கம் திரும்பிக் கொண்டேன். ஜெனிதான் அவளிடம் பேசினாள். 'நான் சொன்னேன், இவள்தான் நம்பவில்லை' என்றாள். டேவிட்டின் கண்கள் அப்போது ஜெனியின் கண்களைச் சந்தித்திருக்க வேண்டும். - ஆம், அது நடந்திருக்க வேண்டும். அதனால்தான் அதற்குப்பிறகு சந்தைக்கு வரும் ஒவ்வொருநாளும் ஜெனியின் கண்கள் மீன் செதிலைப்போல் மின்னின. - அன்று அவர்கள் எங்களிடம் இரண்டு கிலோ மத்தி மீன்களை வாங்கிப்போனார்கள். என்னிடம் ஒரு கிலோ, அவளிடம் ஒரு கிலோ.

அடுத்த வார ஞாயிற்றுக்கிழமை டேவிட் மட்டும் தனியே மீன் வாங்க வந்திருந்தான். மற்ற மீன் கடைகளைச் சம்பிரதாயத்துக்கு ஒரு பார்வை பார்த்துவிட்டு நேராக எங்கள் கூடைக்கு முன் வந்து குனிந்தான். மத்தி மீன்களின் வெளிச்சத்தில் பளிச்சென்றிருந்தாள் ஜெனி. நான் என் கூடையைச் சற்றுத் தள்ளி வைத்துக்கொண்டேன். ஜெனி தன் கூடையில் உள்ள

மீன்களைப் புரட்டிக் கொண்டிருந்தாள். ஏதேனும் பேச வேண்டுமே என்பதற்காகக் கேட்டான்:

"எப்பவும் இந்த மீன் மட்டும்தான் எடுத்து வருவீங்களா..."

ஜெனி 'ஆமாம்' என்றாள். நான் அவர்களின் கண்கள் சந்தித்துக் கொள்வதைப் பார்த்தேன். அன்றும் அவன் இரண்டு கிலோ மீன்தான் வாங்கினான். ஜெனி என் கூடையிலிருந்த மீன்களை எடை போட்டுக் கொடுத்தாள்.

3

டேவிட்டின் பைக் எங்கள் கடல் கிராமத்தில் சுற்றுவதை நான் பார்த்தேன். ஒருநாள் காலையில் நேரே கடல் கரைக்கே மீன் வாங்க வந்திருந்தான். அப்போதுதான் கட்டுமரங்கள் கரை சேர்ந்திருந்தன. அதற்காகவே எங்கோ காத்திருந்தவன் மீன்களை வலையிலிருந்து அவிழ்த்துக் கொட்டியபோது அங்கு வந்து நின்றான். நானும் ஜெனியும் எங்கள் கூடையோடு சற்று தூரத்தில் நின்றிருந்தோம். வலையிலிருந்து உதிர்ந்த மீன்களின் வெண்ணிற ஒளியில் அவன் லேசாய் லயித்திருப்பதுபோல் தெரிந்தான். ஜெனியைப் பார்த்ததும் கட்டுமரத்தில் கட்டிய பாய்மரத்துணியைப்போல் அவனது கண்பாவைகள் ஆடின. நாங்கள் எங்கள் கூடைகளை நிரப்பிக்கொண்டு இடம் நீங்கினோம். அவன் மொத்தமாக ஒரு பெரிய கூடையை அப்படியே வாங்கிச் செல்வதைப் பார்த்தோம். அவனுடைய பைக் பின்னால் அந்தக் கூடையை இறுக்கிக் கட்டியிருந்தான்.

ஜெனி வீடு போகும் வரைக்கும் அவனையே திரும்பிப் பார்த்துக்கொண்டு வந்தாள். அவன் தன் பைக்கை சாலையில் கொண்டுபோய் நிறுத்திவிட்டு எங்கள் பக்கம் கூர்ந்து பார்த்தான். இவர்களின் கதை தெரிந்த நான் கைகளை ஆட்டினேன். ஜெனி என் கைகளை அடித்து தட்டிவிட்டாள்.

கரையொதுங்கி நிற்கும் உடைந்த கட்டுமரத்துக்கு அருகில் டேவிட்டின் பைக் நீண்ட நேரம் நிற்பது அதிகமானது. அதை நாங்கள் எங்கள் வீடுகளிலிருந்து பார்ப்போம். அவன் ஜெனிக்காகத்தான் காத்திருக்கிறான்.

"ஜெனி... அவன் ஒனக்காகத்தான் காத்திருக்கிறான்."

"தெரியும்."

"போய் பேச வேண்டியதுதானே... ஏன் பாத்துக்கிட்டே இருக்க..?"

"நல்லா காத்திருக்கட்டும்... கடல் காத்துல இருக்கிற உப்புதான் நான்னு அவனுக்குப் புரியணும். அதுவரைக்கும் காத்து கெடக்கட்டும்."

நான்தான், பாவமென்று ஒருநாள் ஜெனியை அழைத்துச்சென்றேன். உயிருள்ள கிளிஞ்சல்கள் வரிசையாக அந்தக் கட்டுமரத்தில் ஏறிக் கொண்டிருந்தன. அவன் கட்டுமரத்தின் ஒரு விளிம்பில் அமர்ந்திருந்தான். எங்களைக் கண்டதும் ஒரு மீன் துள்ளி வெளியே விழுவதைப்போல் எங்களுக்கு முன் குதித்தான். அவர்கள் பேசட்டும் என்று தனியே போய் நின்று கொண்டேன்.

கடற்காற்றில் லேசாய் மணல் சிதறிக்கொண்டிருந்து. டேவிட்தான் பேச ஆரம்பித்தான்.

"நான் ஒங்களுக்காகத்தான் ரொம்ப நாளா இங்க வந்து நின்னுக்கிட்டிருக்கேன்."

"தெரியும்."

"தெரியுமா? ஏன் அப்புறம் வந்து பாக்கவே இல்லை?"

"பயமா இருந்துச்சி…"

"பயமா இருந்துச்சா? என்மேலயா..?

"ம்…"

"நான் அவ்வளவு பயங்கரமாவா இருக்கேன்…"

கேட்டுவிட்டுச் சிரித்தான்.

நீ நகரத்துப் பையன். பணக்கார பையனாகவும் இருக்கிறாய். நீ பழகும் ஆயிரம் பெண்களில் ஒருத்தியாகத்தான் நான் இருப்பேன். பழகி விட்டு ஏமாற்றிவிட்டால் என்னால் தாங்க முடியாது. எங்களுக்கு அது பழக்கம் இல்லை. கடலைப்போல் ஆழமானதாக அன்பு இருக்க வேண்டும் என்று நினைப்பவர்கள் நாங்கள். நீ கரையில் இருக்கிறாய். என் வாழ்வு கடலோடு தொடர்புடையது. எனக்கு அம்மா இல்லை. கடலை என் அம்மாவாக நினைத்துக்கொள்ள சொல்லிக் கொடுத்திருக்கிறார் என் அப்பா. எனக்கு எல்லாமே கடலும் என் அப்பாவும்தான்.

மேற்கண்ட விசயங்களை அவனிடம் கூறிக் கொண்டிருந்தாள் ஜெனி. அவன் அமைதியாகக் கேட்டுக்கொண்டிருந்தான்.

அங்கிருந்து புறப்படும்போது நான் அவனுடைய பேரைக் கேட்டேன்.

"டேவிட்..." என்றான். நான் இவளுடைய பெயரை 'ஜெனிஃபர்' என்று சொல்லிவிட்டு வந்தேன்.

அன்று இரவில் காற்று குளிர்ந்து வீசியதுபோல் இருந்தது. மறுநாள் எங்கள் கிராமத்தில் யாரும் கடலுக்குச் செல்லவில்லை. கடலில் காற்றழுத்த தாழ்வு மண்டலம் உருவாகியிருந்தது. சற்றே பெரிய சாரலுடன் மழை பெய்துகொண்டிருந்தது. அந்த ஒருவாரம் முழுக்க காய்ந்த மீன் துண்டுகளை அனலில் சுட்டுக் கடித்துக்கொண்டு குளிரைப் போக்கினோம். அந்த ஒருவாரத்தில் ஜெனியின் அப்பா கடற்காற்றால் மோசமாகத் தீண்டப்பட்டிருந்தார்.

எங்கள் கிராமம் இயல்பு வாழ்க்கைக்குத் திரும்பிய போது கடல் நீண்ட தூரத்துக்கு அமைதியாக வெயிலில் மின்னிக்கொண்டிருந்தது. மறுநாள் கட்டுமரங்கள் நிறைய மீன்களோடு எங்கள் ஆண்கள் கரைக்குத் திரும்பினார்கள்.

நானும் ஜெனியும் எங்கள் கூடைகளை மத்தி மீன்களால் நிரப்பிக்கொண்டு சந்தைக்குச் சென்றோம். டேவிட் அன்று மீன் வாங்க வரவில்லை. இறந்த மீன்களின் கண்களையே வெறித்து அமர்ந்திருந்தாள் ஜெனி.

அன்று மாலை..

டேவிட்டின் பைக் கட்டுமரத்தின் அருகே நின்றிருப்பதை ஜெனியிடம் சொன்னேன். நாங்கள் அவன் அருகில் போனோம். நான் சற்று தள்ளி நிற்க ஜெனி அவனைக் கலங்கிய கண்களால் பார்த்தாள். அவன் சோர்ந்துபோய்க் காணப்பட்டான். "புயலடித்த எல்லா

நாளுமே நான் இங்கு வந்து காத்திருந்தேன்" என்றான். ஜெனி மூச்சை இழுத்து விடுவது எனக்குக் கேட்டது.

காதலால் நிரம்பிய பிறகும் அதை மறுத்து விடைபெறுவதுபோல் துன்பம் இருக்க முடியுமா. ஜெனி அப்படித்தான் நடந்துகொண்டாள். டேவிட்டிடம் "இனி என்னைப் பார்க்க வரவேண்டாம்" என்று சொல்லிவிட்டு என்னைத் தரதரவென்று இழுத்துக்கொண்டு போய்விட்டாள்.

நாங்கள் அவள் வீட்டுக்குப் போனபோது ஜெனியின் அப்பா உடல் குன்றிப் படுத்திருந்தார். காசநோயின் தீவிரத்தை அவரிடம் காணமுடிந்தது. அவரால் இனி கடலுக்குப் போகமுடியாது. ஜெனிதான் இனி அவரைக் காப்பாற்ற வேண்டும். கடல்தான் இனி ஜெனியைக் காப்பாற்ற வேண்டும்.

4

நான் டேவிட்டிடம் சொன்னேன். காதலை விட உயர்ந்த ஒன்றை இந்தக் கடல் அவளுக்குக் கொடுத்திருக்கிறது. அது அவளுடைய அப்பா. ஆனால், எங்கே அவளைப் பிரிந்துவிடுவாரோ என்று பயமாக இருக்கிறது.

டேவிட் சொன்னான்:

"இப்பதான் நான் ஜெனிக்கு அவசியம் வேணும் மேரி. ஜெனியிடம் என்னைக் கூட்டிப் போ. அவளுக்குப் பிடிச்ச இந்தக் கடலாட்டம் எப்பவும் அவ கூடவே இருப்பேன்" என்றான்.

ஜெனிஃபர் நல்லா இருக்க வேண்டும் அல்லவா. நான் அவனை அவளிடம் அழைத்துச் சென்றேன்.

***

இவளே, கானல் நண்ணிய காமர் சிறுகுடி
நீல் நிறப் பெருங்கடல் கலங்க உள்புக்கு
மீன் எறி பரதவர் மகளே; நீயே,
நெடுங்கொடி நுடங்கும் நியம மூதூர்க்
கடுந்தேர்ச் செல்வன் காதல் மகனே;
நிணச் சுறா அறுத்த உணக்கல் வேண்டி
இனப் புள் ஓப்பும் எமக்கு நலன் எவனோ?
புலவு நாறுதும், செல! நின்றீமோ!
பெருநீர் விளையுள் எம் சிறு நல் வாழ்க்கை
நும்மொடு புரைவதோ அன்றே;
எம்மனோரில் செம்மலும் உடைத்தே.

நற்றிணை – 45 – தோழி தலைவனுக்கு உரைத்தது

பறக்கும் புலி

வானத்தில் நகரும் மேகக்கூட்டங்களுக்கு நடுவே அலையும் முழுநிலாவையே வெறித்துப் பார்த்தபடி படுத்திருந்தார் நாராயணமூர்த்தி. படுத்தால் அடுத்த ஐந்தே நிமித்தில் காடே விழித்துக்கொள்வதுபோல் குறட்டைவிட்டு தூங்கக்கூடிய ஆளுக்குக் கொஞ்ச நாட்களாய்த் தூக்கம் பிடிக்கவில்லை. "ஒரு ரெண்டு வாரம் இருக்குமா ஆடுகளே?" என்று அவருடைய ஆடுகளைக் கேட்டால் கூட "ஆமாம், ஆமாம்... இருக்கும் இருக்கும்" என்று அவைகள் சொல்லும்.

அதிலும், அந்த மந்தையில், பார்க்க ஆடுபோல் இல்லாமல் கன்னிப்பெண் மாதிரி இருக்கும் வெள்ளாட்டைக் கேட்டால் ரொம்ப சரியாகக் காரணத்தைக் கூறிவிடும்.

'ஆடா அது? அசப்பில் ஒரு பெண். ஆட்டு இனத்தில் தப்பிப் பிறந்துவிட்டது' என்பார் அந்த ஊரின் மூத்த கீதாரி நல்லுசாமி.

முகத்தில் ஒரு பக்கம் கறுப்பும், ஒரு பக்கம் வெள்ளையும் இருப்பதாகட்டும், மைத்தீட்டியதைப் போல் இருக்கும் புருவ முடியாகட்டும், எப்போதும் கிறக்கத்திலிருப்பதுபோல் இருக்கும் கண்களாகட்டும், விலங்குகளுடையதுபோல் இல்லையே என்கிற

தடுமாற்றத்தைத் தரக்கூடிய புட்டத்தில் மலர்ந்திருக்கும் உறுப்பாகட்டும், அனைத்திலும் மனிதச்சாயல். பல நேரங்களில் அந்தக் கொறாவை நாலா பக்கமும் நின்று வெறிக்கப் பார்த்துவிட்டு நாராயணமூர்த்தி அதை உறுதிபடுத்திக் கொள்வார். அந்தக் கொறாவை விரட்டி சம்போகம் பண்ணும் கிடாயைப் பார்க்கும்போதெல்லாம் வெளியில் சொல்ல முடியாத ஓர் உணர்வு வந்து போகும். அதன் விதைகளை நசுக்கிப் பேடியாக்கிவிடலாமா என்று கூட வக்கிரமாய் யோசித்ததுண்டு. ஒட்டு மாங்காயை இரண்டாகப் பிளந்துவிட்டதைப்போல் இருக்கும் பெருத்த விதைகள் ஆட ஆட கன்னிக் கொறாக்களின் பின் அது ஓடும்போது நாராயணமூர்த்தி தன் மர்ம சுத்தியை உருமாவால் இறுக்கிக் கட்டிக் கொள்வார்.

நல்லுசாமி கீதாரி இதைக் கவனிப்பது உண்டு. ஒருநாள் கேட்டே விட்டார்:

“நாராயணா... இப்படி ஆடு பாயுறதையே பாத்துக்கிட்டு கெடந்தா போதுமா... நீ எப்போ பாயுறது?”

நாராயணமூர்த்திக்கு அந்தக் கேள்வி சிரிப்பை வரவழைத்தது. அன்று ராத்திரி முழுக்க கீதாரி சொன்னது நினைவுக்கு வந்து கொண்டேயிருந்தது. ‘பாயுறது’ என்ற வார்த்தை என்னவோ செய்தது. மழைநாளில் ஓடையின் மதகில் எகிறிப் பாயும் பெருத்த கெண்டைகளும், இருளில் சுவரில் இருந்தவாறு உரி சட்டிக்குப் பாயும் பூனையின் கண்களும், வேட்டை நாய்க்குப் பயந்து புஞ்சைக் காட்டில் தப்பித்தோடும் முயலின் காதுகளும்... இப்படி என்னென்னவோ நினைவுக்கு வந்தன.

மறுநாள், மேய்ச்சல் காட்டில் வைத்து நல்லுசாமி கீதாரி நாராயணனிடம் சொன்னார்:

"நாராயணா... எளந்தாரியா இருக்கும்போதே இதெல்லாம் செஞ்சிருக்கணும். வயச முத்த உட்டுட்ட. இப்பவாச்சும் யோசனை பண்ணு. ஆத்தா அப்பன் இல்லாத ஆம்பளைக்குத்தான்டா பொம்பளத்தொண வேணும், கூடிப் படுக்கவும், கூடிப் பொழைக்கவும் பொம்பள இல்லாத மனுசன் பூமிக்குப் பாரம். எம்மாங் காலந்தான் நீயும் இப்படியே கெடப்ப? யோசனை பண்ணு."

"வேணாம் பெரிசு... எங்கய்யாவும் நானும் நிம்மதியா பொங்கிக் குடிச்சிக்கிட்டுக் கெடக்கோம். இன்னும் ஒரு பத்து வருசமாவது எங்க ஐயா கெடப்பாரு. அதுவரைக்கும் பொம்பள வாடையே வேணாம். அது வந்தா எல்லாம் கெட்டுப் போயிடும். வேணாம் கீதாரி... நான் இப்பிடியே கெடந்துக்குறேன்."

"எலே.. நீ எதை மனசுல வச்சிக்கிட்டு இதைச் சொல்றேன்னு தெரிது. ஒன் அண்ணன் பொழக்கிற பொழப்பத்தானே. பொம்மனாட்டிவ எல்லாருமே ஒரே மாதிரியே இருந்தா இங்க மத்தவனெல்லாம் குடும்பம் பண்ண முடியுமா? எல்லாத்திலேயும் ஒரு நொள்ளை சொள்ளை இருக்கத்தாண்டா செய்யும். ஒண்ணன் பொண்டாட்டி ஒரு நொள்ள. செடி வைக்கிறோம், எல்லாத்திலேயுமா புழு இருக்குது? இருக்காது. ஏன் இல்லை? அது அப்படித்தான். அது சூட்சமம். பொம்மனாட்டிவ எல்லோரும் ஒரே மாதிரி இல்லடா நாராயணா. பத்தரமாத்து தங்கமும் உண்டு. ஒன் ஆத்தா மாதிரி தங்கம் இருக்கும்டா... தேடுனா கெடைக்கும்."

“இல்ல கீதாரி… நான் இப்பிடியே கெடக்கேன். எங்கய்யன் ஒரு பட்டி நெறையா ஆடு சேத்து வச்சிருக்கு… அத மேச்சி பொழைச்சிக்கிறேன்.”

“எலே… வெளங்காத பயல. பின்ன ஏம்ல… கொறாவோட குறிய பாக்கும்போதும், கெடாவோட கொட்டையைப் பாக்கும்போதும் வெசனம் புடிக்கிறவன்.”

கீதாரியின் அந்த வார்த்தைக்குப் பிறகு நாராயணன் ஒன்றும் பேசவில்லை. தலைகுனிந்து நின்றுவிட்டார். மனசுக்குள் புகுந்து படிக்கத் தெரிந்த நல்லுசாமி கோனார் கிடுக்குப்புடி போட்டு நாராயணமூர்த்தியை மடக்கிவிட்டார். ஒரு பெருமூச்சு விட்ட பிறகு, சத்தியம் செய்து கொடுப்பதுபோல் சொன்னார்,

“சரிலே… நானே பாக்குறேன். இந்த ஒத்த மாட்டுக்கு ஏத்த ஒரு தொத்த மாட்ட. பயப்படாத… ஒஞ்சென்மமும் ஒருநாள் விடியும்டா.”

***

நல்லுசாமி கீதாரி அறிந்தவர் தெரிந்தவரிடத்தில் எல்லாம் பெண் இருக்கும் இடத்தை விசாரித்துக் கொண்டிருந்தார். காலம் மந்தையிலிருந்து தொலைந்த ஆட்டைப்போல் ஓடிக்கொண்டிருந்தது. நாராயணமூர்த்திக்கு ஏதோ ஜென்ம பாவம் பிடித்துவிட்டதைப்போல் ஒரு பெண்ணும் அமைந்தபாடில்லை. பிறகு வந்த ஒரு கோடையில் நல்லுசாமி கீதாரி ஒரேயடியாய்ப் போய்த் தொலைந்துவிட்டார். அவருடைய இறப்புக்குப் பிறகு நாராயணமூர்த்தியின் மேய்ச்சல் காடு கொஞ்சம் சுருங்கி விட்டதைப்போல் இருந்தது. ஆடுகளோடு மட்டுமே பேசிக்கிடந்தார் நாராயணமூர்த்தி.

அப்படியே, காலம் ஓடிக்கொண்டிருந்த ஒரு மத்தியான வேளையில், ஆடுகளின் மூத்திர நெடி தூக்கலாக இருந்த கிடையில் மயங்கிக் கிடப்பவரைப் போல் கண்மூடிக் கிடந்தார் நாராயணமூர்த்தி. அவர் படுத்திருந்த கயிற்றுக் கட்டிலின் வரம்பைத் தன் உடம்பால் தேய்த்துக் கொண்டிருந்த ஆடு வளைந்த லாடத்தைப்போல் இருந்த தன் உதடுகளை விரித்து 'ம்மே..' என்று யாரோ தெரிந்த ஆள் வருவதைப் பார்த்துவிட்டதைப்போல் லேசாய்க் கத்தியது. வேறொரு ஆடு உதிர்க்கும் சூடான புழுக்கைகளை மனசுக்குள் எண்ணிக்கொண்டு படுத்திருந்த நாராயணனுக்குத் தன் கிடையில் ஒரு புது வாசனை கலந்திருப்பதுபோல் மூக்கு சுருங்கியது. நரி ஏதாவது நுழைந்திருக்குமோ! இருக்காது. நரியின் வாசனை, நாயின் வாசனை, ஆட்டின் வாசனை, ஆடுகளின் உடம்பில் இருக்கும் உண்ணிகளைக் கொத்த வரும் காக்கைகளின் வாசனை எல்லாமே அவருக்கு அத்துப்படி. அந்தப் புது வாசனையைக் கண்களைத் திறக்காமல் ஆழ உள்ளிழுத்து நெஞ்சுக்கூட்டில் பரவவிட்டார். நாயோ நரியோ எதுவுமில்லை. ஆனால், புது வாசனை. மூக்கு விரிந்து கொடுத்தது. வாசனை உச்சி மண்டை வரை ஏறியதும் சட்டென எழுந்து உட்கார்ந்தார்.

அங்கு ஒரு பெண் நின்றிருந்தாள். கால் பாதம் வரைக்கும் பாவியிருந்த பழைய நூல் பாவாடை காற்றில் அசைந்து கொண்டிருந்தது. ஆண்கள் அணியும் கத்திரிப்பூ நிற அரைக்கை சட்டை முட்டிக்கால் வரைக்கும் இறங்கியிருந்தது. புடவை அணிந்து வந்திருந்தால் எப்படியும் இருபது வயது மதிக்கலாம். அவ்வளவு வாளிப்பான உடம்பு. மலையாட்டைப்போல் நெடுநெடுவென்று உடல்வாகு. மாவிலைக்குத் துளிரையும் தளிரையும் அடுத்தாற்போல

பறக்கும் புலி

51

ஒரு நிறம் வருமே அதுபோல நிறம். உடம்பில் சதை குறைவாக இருந்தாலும் அவள் அணிந்திருந்த சட்டை நெஞ்சுக்குழியில் பெரிய பள்ளத்தை ஏற்படுத்தியிருந்தது. அந்தக் குழியில் இறங்கும் காற்று அவளுடைய உடம்பில் பொங்கும் பேரழகை எடுத்துக்காட்டியது.

'என்ன வேணும்' என்பதைப்போல் அவளைப் பார்த்தார்.

"வெள்ளாட்டுப் பால் வேணும். ஒரு சின்ன வைத்தியத்துக்கு. அதோ... அங்க படுத்திருக்கில்ல எங்க அம்மாயி அதுக்கு வயித்து வலி. பறவா பறக்குது... சூடுன்னு நெனைக்கிறேன். ஆட்டுப்பால் குடிச்சா சரியாயிடும்... அதான் கேட்டுட்டு வரச் சொன்னிச்சி."

அவள் சுட்டிக் காட்டிய இடத்தில் ஒரு மனுசி சுருண்டு படுத்திருந்தாள். அவளுக்கு மேலே தன் பெரிய கிளைகளைப் பரப்பி ஆடிக்கொண்டிருந்தது புளியமரம்.

"சரி... போய் கரந்துக்கோ..."

பார்க்க பெண் போல இருந்த ஆட்டின் கறுத்து விடைத்திருந்த முலைக்காம்பில் தன் விரல்களை வைத்த அந்தப் பெண் குத்துக்கால் போட்டு உட்கார்ந்து, கால்களை மூடி, தரையில் பரந்து விரிந்திருந்த பாவாடையின் தொடைப்பகுதியில் தூக்குவாளியைப் பொருத்தி, தன் விரல்களால் காம்புகளின் அடிப்பகுதியிலிருந்து நுனிப்பகுதி வரைக்கும் கறிவேப்பிலையை உருவுவதைப்போல் உருவினாள். தூக்குவாளியில் பால் இறங்கிப் படர்ந்தது. பொங்கி வந்த நுரையில் வானத்தின் நீலநிறம் கலந்திருந்தது. மூத்திர வாடைக்கும் புழுக்கை

வாடைக்கும் மத்தியில் பால் வாடையும் கலந்து லேசாய்க் கிறக்கம் வந்தவளைப்போல் எழுந்தவள்,

ரொம்ப நன்றிங்க என்பதுபோல் நாராயண மூர்த்தியைக் கண்கள் பணிக்கப் பார்த்தாள் அவள். நன்றி என்பதன் பொருள் கொண்ட அந்தப் பார்வையை எதிர்கொண்டவர், "ம்... பரவாயில்லை..." என்றார். கிடையைத் தாண்டி ஒருசில அடிகள் எடுத்து வைத்தவளைத் திரும்பவும் அழைத்து,

"போயி... மரத்தை மாத்தி ஒக்காருங்க... புளியமரத்தடில படுத்திருந்தா அப்படித்தானிருக்கும்" என்றார்.

தலையசைத்துவிட்டுப் போனவளை, அவள் அந்தப் புளிய மரம் போய்ச்சேரும் வரை பார்த்துக் கொண்டேயிருந்தார். அவள் போனவுடன் அந்தப் புதிய வாசனையும் போய்விட்டது. ஒரு துறவியின் கையிலிருந்த உத்திராட்ச மாலை பிய்ந்து அதன் காய்கள் உதிர்வதைப்போல் ஆடு ஒன்றின் பின்பக்கத்திலிருந்து புழுக்கைகள் உதிர்ந்தன. வேட்டியை உதறி விட்டுக்கொண்டு திரும்பவும் கட்டிலில் படுத்துக்கொண்டு கண்களை மூடிக்கொண்டார். கிடையில் இரண்டு ஆடுகள் முட்டிக்கொண்டு விளையாடின.

இரண்டு நாட்கள் போயிருக்கும். மறுபடியும் அவள் வந்து நின்றாள். ஆட்டுக்குத் தழை கட்டிக் கொண்டிருந்தார் நாராயணமூர்த்தி. அவள் கையிலும் தழையிருந்தது. இப்போதும் ஆம்பளை சட்டையும் அதேமாதிரி சுருங்கிய பாவாடையும். கூடுதலாய் மார்புகளுக்கு நடுவே பழைய துண்டு ஒன்று இறங்கியிருந்தது. கண்கள் பளிச்சென்றிருந்தன. திரும்பிச் சற்றுத் தூரத்திலிருந்த

அந்தப் புளிய மரத்தைப் பார்த்தார். அன்று பார்த்த அந்த மனுசியைக் காணவில்லை.

அவளே சொன்னாள்.

"அம்மாயிக்கு ஒடம்பு முடியில. நான் மட்டுந்தான் வந்தேன்."

"என்ன வேணும்."

"வெள்ளாட்டுப் பாலு..."

"ஏன்... ஒனக்கும் சூட்டு வலியா?"

கேட்டுவிட்டு லேசாய் முறுவல் செய்தார். அவள் என்ன சொல்வதென்று யோசனையில் இருப்பதுபோல் பட்டது. கையில் வைத்திருந்த சங்குச்செடியைக் கைமாற்றிக் கொண்டிருந்தாள்.

"லேசாய் வயித்த வலிச்சது. அதான்..." என்று இழுத்தாள். கட்டிலில் அமர்ந்தபடியே அவளின் பாதத்திலிருந்து தலை வரை பார்த்தவர்,

"போ... போய் கரந்துக்கோ..." என்றார்.

அவளை வாவென்று அழைப்பதுபோல் பார்த்த ஒரு மாலாட்டின் மடியின் அருகில் உட்கார்ந்தாள் அவள். நாராயணமூர்த்தி ஆடுகளுக்குத் தழை கட்டுவதைத் தொடர்ந்தார். ஆட்டு மடியருகில் உட்கார்ந்தவள் கறுத்துப் புடைத்த காம்புகளில் அப்படியே வாய் பொருத்திச் சுவைத்தாள். மென்மையான உதடுகளால் கவ்வப்பட்ட காம்புகளை உதறி விடுவிக்காமல் அவளுக்குத் தன்னை ஒப்புகொடுத்தபடி கிறங்கிப்போய் நின்றிருந்தது அந்த மாலாடு. பால் உள்ளே இறங்க

இறங்க அவளுடைய மார்புகள் இரண்டும் பெருத்துப் பெருத்து அடங்கின.

தழை கட்டிக்கொண்டிருந்த நாராயணமூர்த்தி ஆட்டின் காம்பில் வாய் வைத்துப் பால் குடிக்கும் அவளை வினோதமாகப் பார்த்தார். நன்றி என்ற பார்வையுடன் அவள் புறப்படும்போது கேட்டார்:

"ஏ புள்ளே... உம்பேரென்ன?"

ஒருகணம் மெல்லத் தயங்கியவள், காற்று இறங்கிய நெஞ்சுக்குழியைச் சட்டையின் அடிப்பகுதியை இழுத்துவிடுவதன் மூலம் சமப்படுத்திக்கொண்டு சொன்னாள்,

"பூவரும்பு."

அவள் அங்கிருந்து போகும்போது, பால் குடிக்க தன் முலைக்காம்புகளைக் கொடுத்த ஆடு அவளையே பார்த்துக்கொண்டிருந்தது. அந்த ஆட்டின் மடியைத் தடவிக் கொடுத்தபடி அவரும் அவள் போவதையே பார்த்துக் கொண்டிருந்தார்.

மறுநாள்...

அந்தக் காட்டில் போட்டிருந்த கிடை நாள் முடிந்துவிட்டது.

***

ஊருக்கு வந்ததிலிருந்து தன் பட்டியிலேயே அடைந்து கிடக்கிறார் நாராயணமூர்த்தி. தூக்கம் வரவில்லை. மடி இறங்கிய ஆட்டின் காம்புகளைத் தழுவி வாய் வைத்து சுவைக்கிறார்.

"எலே... என்ன இது கிறுக்குத்தனம்" என்கிறார் அவருடைய பக்கத்து வீட்டு வேலமுத்து கீதாரி.

'அய்யா... ஒரு பதினாறு வயது இளங்கொறா முப்பத்தாறு வயதுடைய இந்தக் கிடாயின் கொம்பில் தழை கட்டி விளையாடுகிறது என்பதை எப்படி சொல்வேன்?' என்பதுபோல் மனசுக்குள் வந்த மொழியை வாய்க்குள் அதக்கிக் கொண்டு அவரைப் பார்க்கிறார்.

'நீ ஒன்றும் சொல்ல வேண்டாம், எனக்கு எல்லாமே புரிகிறது' என்பதுபோல் வேலமுத்து கீதாரி நாராயணமூர்த்தியை ஆழமாகப் பார்க்கிறார்.

இத்தனை வயசு வரைக்கும் தேக்கி வைத்த காமம், முட்டையை உடைத்துக்கொண்டு வெளியே வந்த பாம்புக்குட்டியைப்போல் படமெடுத்து ஆடுகிறது என்பதைப்போல் ஒரு வாக்கியத்தைச் சொன்னார்.

ஒன்றும் பேசாமல் வேலமுத்து கீதாரியையே பார்த்தபடி உறைந்து போய் நின்றிருந்தார் நாராயணமூர்த்தி.

மெதுவாக நெருங்கி வந்து வேலமுத்து கேட்டார்:

"குட்டிக்கு எத்தனை வயசிருக்கும்? எந்த ஊரு?"

தயங்கியபடி நாராயணமூர்த்தி சொன்னார்.

"ஒரு பதினாறு இருக்கும். வேப்பூரு."

அடுத்த வார்த்தையைச் சிறிதும் யோசிக்காமல் வேலமுத்து சொல்லிவிட்டார்.

"கொறாகுட்டி பொண்ணாயிடாது. அந்த நெனப்ப வுடு, அது பாவம். நான் ஒனக்கொரு பொண்ணப் பாக்குறேன்."

ஏதோ செய்யக்கூடாத தவறைச் செய்துவிட்டதைப் போல் நெஞ்சு அடித்துக்கொண்டது நாராயணமூர்த்திக்கு. வேலமுத்து கீதாரியிடம் ஏதோ சொல்ல நினைத்தவர். வாய்க்குள், எச்சிலில் நனைந்து கரைந்த பூவரும்பு என்ற பெயரை ஊறி வந்த எச்சிலை விழுங்கி உள்ளுக்குள் தள்ளி மூடிக்கொண்டார்.

வேலமுத்து கீதாரி அதட்டினார்-

"சரி சரி... நீ மேய்ச்சலுக்குக் கௌம்பு."

மேய்ச்சல் காட்டில்... சூரியனின் மஞ்சள் நிற ஒளிவெள்ளத்தில் அவருடைய ஆடுகள் மேய்ந்து கொண்டிருந்தன. அவருக்கு அருகில் நின்றிருந்த அந்தப் பெண் சாயல் கொண்ட வெள்ளாட்டின் பின்புறத்தில் அமர்ந்திருந்த மஞ்சள் நிற பட்டாம்பூச்சி நாராயணமூர்த்தியைச் சுற்றி வட்டம் போட்டது. அந்தப் பட்டாம்பூச்சியைப் பார்க்க, அதுவொரு பறக்கும் சிறிய புலியைப் போலிருந்தது. அது அவரைக் கடித்துக் குதறிவிடுவதைப்போல் சுற்றிச் சுற்றி வந்தது.

என்னவென்று இணம் காண முடியாத ஒரு நடுக்கமும், எப்போதும் இல்லாத அளவுக்கு உடம்பில் அதிகரித்த வெப்பமும் நாராயணமூர்த்தியைத் தடுமாறச் செய்தன.

வெளியே வேர்த்துக் கொட்டுவதைப் போலவும், உள்ளே வறண்டு வெடித்து விடுவதைப் போலவும் மாறிவிட்ட தன் உடம்பைத் தொட்டுத் தொட்டுப் பார்த்துக் கொண்டவர், தலையில் கட்டியிருந்த துண்டை அவிழ்த்து முகத்திலும் கழுத்திலும் மாறி மாறி துடைத்துக் கொண்டார்.

உடம்பு நல்லவிதமாக இல்லை என்று அவருக்குத் தெரிந்துவிட்டது. அந்த மேய்ச்சல் காடு முழுக்க

பாலூறிய மடிகளோடு ஆயிரக்கணக்கான ஆடுகள் மேய்வது போலவும், அத்தனை ஆடுகளிலும் பூவரும்பு வாய் வைத்து உறிஞ்சிப் பால் குடிப்பது போலவும் காட்சிகள் கானலாய்த் தெரிந்தன. அவளுடைய மேல்சட்டையைக் காற்று மோதி மோதி அழுத்துவதைப் போலவும், அவள் வைத்திருக்கும் சொம்பில் பால் நுரைத்துப் பொங்குவதைப் போலவும் அந்தக் கானலில் அவர் காணத் தொடங்கினார். அந்த மேய்ச்சல் வெளியெங்கும் பேய் வந்து ஆட்டம் போடுவதைப்போல் கானலின் அலையடித்தது.

தனக்குத் தானே தலையாட்டிக் கொண்டு, தனக்குச் சொல்வதுபோல் எதையோ மறுத்துப் பேசிக்கொண்ட நாராயணமூர்த்தி, துண்டை உதறித் தலையில் சுற்றிக்கொண்டு, நான்கு பக்கமும் பூவரசு மரங்கள் இருக்கும் தேத்தான் குளத்தின் கரையில் கால்களை மடித்து அமர்ந்து தன் இரண்டு கைகளையும் தண்ணீரில் வைக்கப் போனார்.

தண்ணீரில்...

ஒரு முதிர்ந்த பரங்கிப் பழத்தைப்போல், ஒன்றிரண்டு முடிகள் நரை கண்ட தன் முகத்தைப் பார்த்தார். அப்போது, ஒரு வெறுமை அவரைச் சூழ்ந்தது. நீரில் கை வைத்து அந்த முகத்தை அழித்துவிட முடியாது என்பது அவருக்குத் தெரியும்.

நீரை வாரி வாரி அடித்து முகத்தைக் கழுவிக் கொண்டு, ஒரு தெளிவு வந்தவரைப்போல் தன் ஆடுகள் மேயும் வெளியைக் கூர்ந்து பார்த்தார்.

சூரியன் மேற்கில் இறங்கிக் கொண்டிருந்தது.

***

காமங் காமம் என்ப காமம்
அணங்கும் பிணியும் அன்றே நுணங்கிக்
கடுத்தலுந் தணிதலும் இன்றே யானை
குளகுமென் றாள்மதம் போலப்
பாணியும் உடைத்தது காணுநர்ப் பெறினே.

குறுந்தொகை
–மிளைப்பெருங் கந்தனார்.
குறிஞ்சி – தலைவன் கூற்று –

புளிங்காய் வேட்கை

1

தன்னுடைய மேடான வயிற்றைத் தடவியபடி அமர்ந்திருந்த பெண்ணை இதமாகப் பார்த்துக் கொண்டிருந்த அம்பிகா, மிருதுவான குரலில் அவளிடம் கேட்டாள்:

"கருவுற்ற பிறகு ரெண்டு பேரும் கூடியிருந்திருக்கீங்களா?"

"புரியில டாக்டர்."

"எப்படி சொல்றது... ம்... அதாம்மா... நீயும் உன் வீட்டுக்காரரும் படுக்கையில ஒன்னா இருந்திருக்கீங்களா?"

வசந்தா லேசாக வெட்கப்பட்டாலும் சட்டென அவளிடமிருந்து பதில் வந்தது.

"ஓ... அதெல்லாம் நெறையாவாட்டி இருந்திருக்கோம் டாக்டர். அவருக்கு என் ஒடம்புன்னா அவ்ளோ இஷ்டம். எப்போ இந்த வவுறு இடிக்க ஆரம்பிச்சிச்சோ அப்பலேந்துதான் அவரு தனியா படுக்குறாரு. அதான் கஷ்டமாருக்கு."

அம்பிகாவின் முகத்தில் ஒரு புன்னகை வந்து போனது. மேலும் கனிவாக அவள் முகத்தைப் பார்த்தபடி கேட்டாள்:

“கடைசியா எப்போ ஒன்னா இருந்தீங்க, ஞாபகமிருக்கா?”

வயிற்றின் மேட்டிலிருந்து மெதுவாகக் கைகளை எடுத்துவிட்டு, இடது கை விரல்களால் வலது கையின் விரல்களுக்குச் சொடுக்கெடுத்தபடி யோசித்தவள்,

“அதான் சொன்னேனே டாக்டர், இந்த வவுறு உப்பிக்கிட்டு அவர இடிக்க ஆரம்பிக்கிறதுக்கு முன்னன்னு.”

“புரியுது. அதான் எப்பலேர்ந்துன்னு சரியா தெரியுமா?”

வயித்துல இருக்குறது பொம்பள புள்ளைன்னு நெனைக்கிறேன். அஞ்சாவது மாசத்துலேயே உப்பிக்கிட்டு வந்துடுச்சி. அப்பலேர்ந்தே அவுரு என்கிட்ட வரதில்ல...”

“ஏன்... நீ நெருங்கிப் போவ வேண்டிதுதான?”

“ஐய்யே... அது தப்பாகிடும் டாக்டர். அவருக்குப் பிரியம் இல்லாம நாங்க ஒருநாளும் சேர்ந்ததில்லை. அவருதான் எல்லாமே. எனக்குன்னு எதுவும் கெடையாது. அவருக்கு ஆசை வந்தாதான் என் ஆசை வெளியவே தலைகாட்டும். அதுக்காகவே, என்னைப் பூனைக்குட்டின்னு அவரு சொல்வாரு. நான் அப்படி இருக்குறதுதான் அவருக்குப் பிடிக்கும். அவரு கேட்டா முழுசா என்ன கொடுத்திடுவேன். எனக்கும் அதான் புடிச்சிருக்கு. எனக்குன்னு என்ன தேவையோ அவரு பாத்துக்கிடுவாரு. அதுபோதும்னு எனக்கிருக்கும். அதுக்கு மேல என்ன வேண்டிக்கிடக்கு.”

ஒரு சின்ன கேள்விக்கு எவ்வளவு பெரிய பதில் வைத்திருக்கிறாள் இந்தப் பெண்! என்பதுபோல் அவளையே வியப்பாகப் பார்த்துக்கொண்டிருந்த அம்பிகா, கொஞ்சம் அழுத்தமான புன்னகையை வெளிப்படுத்தினாள். அந்தப் பெண்ணின் முகத்தை பார்த்துக்கொண்டே, சில மருந்துகளின் பெயரைத் தாளில் எழுதியபடியே யோசித்தாள்:

ஓர் ஆணின் காமத்தை மதிப்புடன் நடத்தத் தெரிந்த இந்தப் பெண், தன் காமம் அப்படியொன்றும் உசத்தியில்லை என்று நம்ப வைக்கப்பட்டிருக்கிறாள். எந்த எதிர்பார்ப்பும் இல்லாமல், தன்னை ஒப்புக்கொடுத்துவிட்டு, இன்ப அனுபவம் என்பது கூட ஆணுக்கானது மட்டும்தான் என்பதுபோல் திருப்தி கொள்ளும் இந்த மனநிலை இவளுக்குள் ஊன்றப்பட்டிருக்கிறது. பண்பாடு என்ற பேரில் அது நன்றாக வேர் பிடித்திருக்கிறது.

மருந்துச் சீட்டைக் கைகளில் வாங்கிய வசந்தா, தன்னுடைய மேடான பெரிய வயிற்றை வலது கையால் தாங்கிப் பிடித்தபடி டாக்டரிடம் கேட்டாள்:

"டாக்டர்... சொகப்பிரசவமாகிடுங்களா..? வயித்துல கத்தி வைக்கிற மாரி ஆகாதுங்களே... கத்திய நெனச்சா பயமாருக்கு டாக்டர்..."

அம்பிகா, தானும் எழுந்து நின்று, அந்தப் பெண்ணின் குளிர்ந்த கைகளைத் தன் கைகளில் வாங்கிக் கொண்டவாறு சொன்னாள்:

"அதெல்லாம் ஒன்னும் ஆகாது. பயப்படாத... சொகப்பிரசவம்தான் ஆகும், சரியா...! ஆனா, அதுக்கு நான் சொல்றத நீ செய்யணும், சரியா?"

"செய்றேன் டாக்டர், சொல்லுங்க. எந்த மருந்து வேணும்னாலும், அது எவ்ளோ கசப்பான மருந்தானாலும் சொல்லுங்க சாப்பிடுறேன். வாயிகிட்ட கொண்டு போனாலே கொமட்டுற மருந்தா இருந்தாலும் பரவால்ல. தின்னுட்றேன்."

வசந்தாவின் கைகளுக்கு மெல்ல அழுத்தம் கொடுத்தபடி, அம்பிகா சொன்னாள்:

"மருந்தெல்லாம் ஒன்னுமில்ல... வேறொன்னு செய்யணும்."

"சொல்லுங்க டாக்டர்."

"ஒங்க வீட்டுக்காரரோடு ஒன்னா சேந்து இருக்கணும். நான் எதைச் சொல்றேன்னு புரியுதுல்ல."

"ஐயோ டாக்டர்... இம்மாம் பெரிய வவுறோடயா! அது முடியாது. இந்த வவுறு உப்புனதிலேந்து அவரு என்கிட்ட தொட்டுக்கூட பேசறதில்ல. இது எப்படி டாக்டர்!"

"ஒனக்குச் சொகப்பிரசவம் ஆகணும்னா இது நடக்கணும். மொதப் பிரசவம் வேற. குழந்த லேசா வெளியே வரணும்னா பொண்ணுறுப்பு நல்ல தளர்வா இருக்கணும்மா. ஒன்னோடது ரொம்ப இறுக்கமா இருக்கு. இதெல்லாம் ஒங்களுக்கே தெரிஞ்சிருக்கணும். எல்லோரும் செய்றதுதான். ஒனக்குதான் புதுசா தெரிது. எல்லா ஆம்பளைகளும் இதைத் தெரிஞ்சி வச்சிருப்பாங்க. போய் ஒன் வீட்டுக்காரர்ட்ட பேசிப்பாரு. சரியா...?"

வசந்தா, ஏதோ பேச நினைத்தபோதும் அம்பிகா அதற்குக் காது கொடுக்க விரும்பவில்லை. அவள்

என்ன சொல்வாள் என்று தெரியும். அதற்கு வாய்ப்பளிக்கவில்லை. அவளுக்கு நிறைய விசயங்களை எடுத்துக்கூறி அவளுடைய அறியாமையைப் புரியவைத்தாள். கொஞ்சம் கொஞ்சமாகத் தெளிவுக்கு வரவைத்து அவளைச் சமாதானம் செய்தாள். இருவரின் முகமும் ஏதோவொரு முடிவுக்கு வந்தவைபோல் உறுதியாக இருந்தன. முயற்சி செய்கிறேன் என்பதுபோல் வசந்தா தலையசைத்தாள். வாழ்த்துகள் என்பதுபோல் புன்னகைத்தாள் அம்பிகா.

உள்ளே வரும்போது இருந்த குழப்பமான முகம் இப்போது வசந்தாவிடம் இல்லை. தன் பெரிய வயிற்றைப் பிடித்தவாறு இருக்கையிலிருந்து எழுந்தவளுக்காக மேசையைத் தன் பக்கமாக இழுத்து, அவள் இயல்பாக வெளியே வர உதவினாள் அம்பிகா.

வசந்தா, மருத்துவமனையை விட்டு வெளியே வந்தபோது, பரிமளம் ஒரு வேப்பமர நிழலில் நின்றிருந்தாள். வசந்தாவின் ஈரம் படிந்த முகம் முன்பை விட தெளிவாக இருப்பதை உணர்ந்தவள், தன்னை நோக்கி வருபவளைக் கையமர்த்தி, தானே அவளிடம் சென்று கையைப் பிடித்துத் தோளில் சாய்த்துக் கொண்டாள். மெல்ல அவளை நடத்திக்கொண்டே வசந்தாவின் பெரிய வயிற்றைக் கண்டு கிண்டலடித்தாள்.

"உள்ள பத்துப் பாஞ்சி உருப்புடி இருக்கும்போல."

வசந்தாவுக்கு வெட்கமும் சிரிப்பும் வந்தது. பரிமளத்தின் தலையைத் தன் தலையால் இடித்துவிட்டு,

"ச்சீ... போடி..." என்றாள்.

"டாக்டர் என்னா சொன்னாங்க?" என்றாள் பரிமளம்.

"சொல்றேன் வா" என்று பரிமளத்தின் தோளில் சாய்ந்தபடி போய் வேப்பமர நிழலில் நின்றாள். குளிர்ந்த காற்று மனதுக்கு இதமாக இருந்ததை ஒரு பெருமூச்சால் வெளிப்படுத்தினாள்.

2

வசந்தாவின் முகத்தில் தெரிந்த களங்கமற்ற வெட்கத்தை ரசித்துக்கொண்டே வந்த பரிமளம், மசக்கைக் காலத்தில் பெருக்கெடுக்கும் இயல்பான வெட்கமாக அது இல்லாமல் வேறொன்றாக இருப்பதை உணர்ந்துகொண்டாள். தன் தோளால் அவள் தோளை மெல்ல இடித்தபடி கேட்டாள்:

"ஏய்... என்ன இன்னைக்கு ஓவரா வெக்கப்படுற. இதுமாரி நீ ஒடம்பு நெளிஞ்சி மொகம்பூரா பூரிச்சிப்போய் வெக்கப்பட்டத நான் பாத்ததில்லையே. இந்த வெக்கம் புதுசால்ல இருக்கு. ஏய்.. உண்மைய சொல்லு. இந்த வெக்கம் எதுக்குடி?"

"அய்யே வெக்கத்துல என்ன புது வெக்கம் பழைய வெக்கம். நான் எப்போதும் போலத்தான் இருக்கேன்."

"இல்ல... ஏதோ இருக்கு. நீ மறைக்கிற."

"ஏய்... ச்சும்மா வாடி. அதெல்லாம் ஒன்னும் இல்ல."

மனசுக்குள் களிப்பு உண்டாகும்போது நாக்கிலிருந்து வரும் மொழி எப்படி இருக்குமென்று பரிமளம் அறிவாள். வசந்தா, அதைச் சொல்லாமல் நாக்கடியில் மறைத்துக்கொள்கிறாள். அந்த மிதமான மாலைப்பொழுதை உள்மூச்சாக இழுத்து நெஞ்சுக்குள்

சேகரிப்பதுபோல் பாவனை செய்த வசந்தா, பரிமளத்தை ஓரக்கண்ணால் பார்த்தபோது, பரிமளா அந்தப் பாதையின் இருமருங்கிலும் இருக்கும் வேலிகளைப் பார்த்தபடி போவது தெரிந்தது.

அவர்கள் நடந்துபோகும் சாலையில் மலர்ச்செடிகள் எதுவும் இருக்கிறதா என்று பார்வையை ஓடவிட்டவள், அப்படி எதுவும் இல்லை என்பதை உறுதி செய்துகொண்டாள். பேருந்தை விட்டு இறங்கியதிலிருந்து இப்போது வரைக்குமான நடையில் ஓரிடத்தில் கூட சுகந்தத்தின் வாசனையை அவள் உணரவில்லை. வெறும் புழுதி வாசனை மட்டுமே அவர்களைச் சுற்றிலும் இருந்தது. இரண்டு பக்கமும் இருந்த ஆளுயர வேலிகளைக் கவனித்தாள். நீண்ட கள்ளி வேலி. சங்குச்செடிகள் படர்ந்திருந்தனவே தவிர, அதிலும் பூக்கள் எதுவும் இல்லை. வேறு சில செடிகளும் கூட படர்ந்திருந்தன. ஆனால், அவை எதிலுமே இப்போதைக்குப் பூக்கும் தன்மை இல்லை. அந்தச் செடிகளுக்கான பருவம் இன்னும் தொலைவில் இருக்கலாம். அதுபற்றி தெரியவில்லை. ஆழ்ந்து சுவாசித்துக் கிளர்ச்சியடைய ஒரு முகாந்திரமும் இல்லாத இந்தச் சாலையில் இவள் எந்த மணத்தை உணர்கிறாள் என்று புரியாதவளாய் வசந்தாவைக் குறுகுறுவென்று பார்த்தாள் பரிமளா.

வசந்தா கேட்டாள்:

“என் மொகத்துல ஏதாவது புதுசா தெரிதா என்ன!?”

“தெரிறதாலதான கேக்கிறேன். ரொம்பத்தான் சிலுத்துக்குற.”

“என்ன தெரிதாம்?”

"ஆங்... ஒன் மூஞ்சி தெரிது..."

பரிமளா கோவித்துக்கொண்டிருக்கிறாள் என்பதை அவளுடைய வார்த்தைகள் காட்டின. அவளுடைய நுனி மூக்கினைச் செல்லமாகக் கிள்ளித் திருகிய வசந்தா, பரிமளாவின் கண்களை மிக அருகில் பார்த்து, வே வே என்று பழிப்புக் காட்டினாள். இருவரும் சிரித்தார்கள்.

டாக்டர் சொன்னதை, உடம்பை அப்படியும் இப்படியும் வளைத்து நெளித்து பரிமளத்திடம் ஒப்பித்தாள் வசந்தா. அதைச் சொல்லும்போது, அந்த வெக்கம் சாயம் போகாமல் அப்படியே இருந்தது. கண்களில் ஈரம் கோர்த்துக்கொண்டது. 'அட... இவ்வளவு தானா விசயம்' என்பதுபோல் மனதில் நினைத்தவள், வசந்தாவின் ஈரக் கண்களைக் கண்டதும், வாய்க்குள் திரண்டிருந்த சொற்களை அப்படியே விழுங்கிக்கொண்டாள்.

'அடி பாதகத்தி... இதெல்லாம் நீ காணாததா... கண்டதன் விளைச்சலைத்தானே வயிற்றினில் வைத்திருக்கிறாய்' என்று வெடுக்கென்று சொல்லிவிடத்தான் வாய் வந்தது. ஆனால், அந்தக் கண்களில் திரண்டிருந்த கண்ணீர்த்துளிகளை அண்ணாந்து பார்த்ததும் அவளுக்குத் திக்கென்றிருந்தது. சொல்லாமல் விழுங்கிக் கொண்டாள்.

இதற்குப்போய் ஏன் கண் கலங்குகிறாள் என்று எண்ணியவள், அந்த ஈரக்கண்களைத் தன் விரல்களால் துடைத்துவிட்டுவிட்டு, செல்லம் கொஞ்சுவதுபோல் அவள் கன்னத்தைக் கிள்ளிவிட்டு, வசந்தாவின் நெற்றியில் பூத்திருந்த வியர்வை மீது ஒரு காய்ந்த புளிய இலை நனைந்து ஒட்டிக்கொண்டிருப்பதைக்

கண்டாள். அதை எடுத்து தன் விரல் நுனியில் வைத்துப் பார்த்துவிட்டு, மேலே பார்த்தாள். அவர்கள் நின்றிருந்த இடத்தின் இடது ஓரத்தில் ஒரு புளிய மரம் காற்றில் அசைந்துக் கொண்டிருந்தது. ஏராளமான காய்கள் காய்த்திருந்தன. வசந்தாவைச் சற்று தள்ளி அழைத்துப்போய் ஒரு புன்னை மரத்தின் நிழலில் கிடந்த ஒரு கல்லில் உட்கார வைத்தாள். 'இதோ வந்துட்றேண்டி' என்று கூறிவிட்டு புளிய மரத்துக்குத் திரும்பிய பரிமளா, கீழே கிடந்த கைக்கு அடக்கமான சில கற்களை எடுத்து புளியங்கிளைகளில், லாடங்களைப் போல் தொங்கிக்கொண்டிருந்த காய்களை நோக்கி வீசினாள். குறி தவறாமல் அடித்து, கை நிறைய காய்களைச் சேகரித்துக்கொண்டு வசந்தாவிடம் வந்து, கல்லால் காயம்படாததும், கீழே விழுந்து உடையாததுமான ஒரு காயை எடுத்து வசந்தாவிடம் நீட்டினாள். கொடுக்கும்போதே அவளுக்கு நாக்கு ஊறியது. பரிமளா கொடுத்த காயினை வாங்கிக்கொண்ட வசந்தாவின் முகம் அப்போது சோர்ந்திருந்தது. பரிமளா அந்தச் சோர்வை நீக்க விரும்பினாள்.

"ஏய்... இதைக் கடி. ஒரே கடில, வயித்துக்குள்ள இருக்குற ஒன் புள்ளைக்கு நாக்கூறணும் ஆமாங்..."

வசந்தா, தன் உதடுகளைப் பிரித்து, புளியங்காயைக் கீழுதட்டின் மேல் வைத்து, முன் பற்களை நெரித்தபோது, ஈறுகளில் பாய்ந்து மூளைக்கு ஏறிய புளிப்பு அவளுடைய மொத்த உடம்பையும் கூசச் செய்தது. திருமணமான பிறகு முதன்முறையாகத் தன் உடம்பு முழுமையாகத் தீண்டப்பட்டபோது இப்படியொரு கூச்சத்தால் அவள் சிலிர்த்துப் போனது சட்டென்று நினைவுக்கு வந்து போனது.

அவன் இப்படித்தான் உயிர் வரைக்கும் சிலிர்க்க வைக்கும் புளிப்புச் சுவையுடையவனாக இருந்தான். முதல் கூடல் முடிந்திருந்தது. தயக்கம், கூச்சம், பயம் எல்லாம் வடிந்து போயிருந்த அந்த இரவில், உடம்பின் சகல நரம்புகளையும் ஆட்கொண்டிருந்த காமத்தின் வெப்பம் குறையாத அந்தப் பொழுதில், அவனுடைய வேர்வையைச் சுவைத்து உணர்ந்து கொண்டிருந்த அந்தக் கணத்தில், கொசகொசவென்றிருந்த அவனுடைய மார்பு முடிகளில் முகம் புதைத்து அவனுடைய முகத்துக்கு நேராக ஒருக்களித்திருந்த நிமிடங்கள் ஒரு கவிச்சையைப்போல் நினைவில் எழுந்து நாறின. புளியங்காயைக் கடித்ததும் அத்தனையும் ஒரு நொடியில் மனதிலிருந்து வெளியே கசிந்துவிட்டன.

பரிமளா, தானொரு காயினை எடுத்து பற்கள் கூசக் கூச வாயில் வைப்பதும் எடுப்பதுமாக இருந்தாள். அதைப் பார்க்க வசந்தாவுக்குச் சிரிப்பாக வந்தது. அவளைக் கிண்டலடித்தாள்.

“என்னடி பண்ணிக்கிட்டிருக்க? ஒத்திகைப் பாக்குறியா இப்பவே.”

“ச்சீ... ஆளப்பாரு... கொமட்டுலேயே குத்துவேன்.”

“அய்யே... இப்போ என்னா சொல்லியாச்சின்னு ஒரேடியா சிலுத்துக்குற. ஒனக்கும் ஒருநாளு இந்தப் புளியங்காய் தேவைப்படும்டி இவள...”

“அது படும்போது நான் பாத்துக்குறேன். ஒன் சொலவத்த நிறுத்து.”

இருவரும் சிரித்துக்கொண்டார்கள். பொழுது இறங்கிக் கொண்டிருந்தது. சற்று தூரத்தில் தெரிந்த

அவர்களுடைய ஊரை நோக்கி அவர்கள் கால்கள் நடந்தன.

3

வற்றிக்கொண்டிருந்த குளத்திலிருந்து இரண்டு நீர்க்கோழிகள் கரையேறிப் பெரிய கள்ளிப்புதருக்குள் நுழைவதைப் பார்த்துக்கொண்டே வந்தான் மருதுபாண்டி. கரையிலிருந்து இறங்கி வடக்கே போகும் வண்டித்தடத்தில் நடந்தான்.

தேர் செல்லும் அளவுக்கு அகன்றதாக இருந்தது கொஞ்சம் கொஞ்சமாகச் சுருங்கிக்கொண்டே வந்து இப்போது ஒத்தையடிப் பாதையைப்போல் மாறியிருந்தது அந்த வண்டித்தடம். இரண்டு பக்கமும் இருந்த வேலிகள் முன்பு சண்டைக்காரர்களைப் போல் தள்ளித் தள்ளி இருந்தன. இப்போது, கள்ளத்தனம் செய்பவர்களைப்போல் ஒட்டி, உரசி இழைந்து கொண்டிருக்கின்றன. கிழக்கிலும் மேற்கிலுமிருந்த நிலங்கள் யாருடையவை என்ற எண்ணம் தோன்றியது மருதுபாண்டிக்கு.

அதுவொரு நீண்ட வண்டிப்பாதை. ஊரிலிருந்து தெற்கே இருக்கும் காடுகளுக்கு அந்தப் பாதை வழியாகத்தான் வண்டிக்கட்டிக்கொண்டு போவார்கள். விதைப்பது முதல் அறுப்பது வரைக்கும் அந்தப் பாதையிலேயே போக்குவரத்து இருந்தது. மாட்டு வண்டிகள் தொலைந்து போனதாலோ என்னவோ அந்தப் பாதையை மனிதர்கள் பங்கு போட்டுக்கொண்டார்கள். கள்ளிகளை வைத்தும், கிளுவைகளை நட்டும், கரிவேலிகளை வெட்டிப்போட்டும் தன் நிலத்தின் அடப்புகளை வருசத்துக்கு ஒருதரம் பாதைக்கு நகர்த்திக்கொண்ட சம்சாரிகள் தங்களுடைய மண்ணாசையைப் பூர்த்தி

செய்துகொண்டார்கள். முன்பு போல் விவசாயம் இல்லை, விளைச்சல் இல்லை, உழைப்பு இல்லை. ஆனாலும் மண்ணாசை விட்டுப்போகவில்லை. மனிதனைப் படைத்தவன் அப்படி ஒரு விதமாகப் படைத்திருக்கிறான். மேற்கே, பூவரசு மரங்கள் சூழ இருக்கும் ரெங்கச்சாமி கொல்லைக்கு நடுவே வெட்டி வைத்திருக்கும் சிறிய குட்டையை ஒட்டி ஓடும் ஒரு நீர்வழித்தடத்தை மருது கடந்தபோது, கிழக்காலே இருந்து, குடிக்காட்டான் காடுகளுக்குப் பின்பக்கமாக வரும் ஒழுங்கிலிருந்து விறகு வெட்டும் சத்தம் கேட்டது. மருதுவின் கால்கள் சட்டென நின்றுகொண்டன. சத்தம் வரும் திசையில் ஒரு மூங்கில் தோப்பு யாரோ பிடித்து ஆட்டுவதுபோல் ஆடிக்கொண்டிருந்தது. நாலா பக்கமும் பார்த்தான். கண்ணுக்கெட்டிய தூரம் வரை ஒருவரையும் காணவில்லை. வடக்கே மட்டும் வீரமுத்தையா கோவிலுக்குத் தெற்கே, வரிசையாக இருக்கும் பனை மரங்களுக்கு ஊடாக ஆடுகள் மேய்ந்து கொண்டிருந்தன. மருதுபாண்டி கூர்ந்து பார்த்தான். செம்மறி ஆடுகளாக இருந்தால் மேய்க்கக்கூடிய கீதாரி ஒருவனாகத்தான் இருப்பான். வெள்ளாடுகளாக இருந்தால், ஊர்க்காரர்கள் நாலைந்து பேர் இருக்கக்கூடும். கூர்ந்து பார்த்ததில், அவையெல்லாம் வெள்ளாடுகள்தான் என்று உறுதி செய்துகொண்டான். இன்னும் நுட்பமாக ஆராய்ந்ததில் மர நிழலில் நாலைந்து பேர் உட்கார்ந்திருப்பது தெரிந்தது. அந்தக் காட்டிலிருந்த கொஞ்சம் பெரிய உசிலை மரம் அது. யாரும் அதை இன்னும் வெட்டாமல் வைத்திருக்கிறார்கள்.

வெட்டுச்சத்தம் வந்த திசையில் கண்களைச் செலுத்தினான். அதே மூங்கில், அதே ஆட்டம்.

தோப்பைக் கொல்லைக்காரன் அழித்துக் கொண்டிருக்கிறான் என்று தோன்றியது.

வெங்காடு போல் மாறிக்கிடந்த காட்டைக் கடந்து அவன் போயாக வேண்டும். அவனுடைய இலக்காக இருக்கும் வயற்புல் மண்டிய புதுக்குட்டை தூரத்தில் தெரிந்தது. அந்தக் குட்டைக்கும் அவனுக்கும் இடையில் அலையும் கானலை விலக்கிக் கொண்டு மருதுவின் கால்கள் நடந்தபோது ஒரு மாதிரி அச்சம் தரக்கூடிய குரலைக்கொண்ட பறவை அவன் தலைக்கு மேலே இங்கும் அங்கும் பறந்து கத்தியது. மூங்கிலை அழித்துக்கொண்டிருப்பவனுக்கோ, ஆடு மேய்ப்பவர்களுக்கோ இவன் போவது கண்ணுக்குத் தெரியும் பட்சத்தில், ஆள் யாரென்று அடையாளம் கண்டுகொள்ள முடியாத அளவுக்குச் சூடான கானல் நிரம்பியிருந்தது காட்டில்.

புதுக்குட்டையின் கரையில் ஏறிநின்று, உள்ளே, காட்டுப்பன்றிகள் படுத்துறங்கும் அளவுக்கு அடர்த்தியாக வளர்ந்திருக்கும் வயற்புற்களைப் பார்த்தான். முட்டு முட்டாக மூன்றடி அளவுக்குப் புதரைப்போல் வளர்ந்திருந்த அந்தப் புற்களில் இறங்கி நடுவே இன்னும் பள்ளமான பகுதிக்குச் சென்றான் மருது. புற்களின் முனைகளை இணைத்துக் கூரைபோல் சேர்த்துக் கட்டியிருந்த இடத்தில் உட்கார்ந்து வேர்வையில் நனைந்திருந்த சட்டையைக் கழற்றிச் சுருட்டி அருகில் வைத்துவிட்டு, டவுசர் பாக்கெட்டிலிருந்து பீடியை எடுத்துப் பற்றவைத்து ஒரு இழு இழுத்துப் புகையை வெளியேவிட்டபோதுதான் அவனுக்குக் கொஞ்சம் ஆசுவாசம் கிடைத்தது. உடம்பில் ஊறிக் கசிந்து கொண்டிருந்த வேர்வையால் மார்பிலிருந்த அடர்ந்த முடிகள் நனைந்த மார்பில்

சரிந்து கிடந்தன. வெப்பத்தோடு அலையும் அந்தக் காட்டின் காற்று அந்தப் புற்களுக்குள் புகுந்து கொஞ்சம் தணிவாக வீசிக்கொண்டிருந்தது.

அரண்டு ஓடும் காடைகளின் குரல்களைக் கேட்டுப் புற்களுக்கு ஊடாக மருதுபாண்டி பார்த்தபோது இரண்டு கால்கள் அவனை நோக்கி வந்துகொண்டிருந்தன. வெளுத்த சேலைக்குள் பருத்த தொடைகள் திரண்டிருப்பதைக் காற்றின் உதவியோடு அவனால் பார்க்க முடிந்தது. அவனருகில் வந்து மண்டியிட்டு உட்கார்ந்து தன் கையில் வைத்திருந்த வெட்டரிவாளைக் கீழே வைத்துவிட்டு பின்பு இரண்டு கெண்டைக் கால்களையும் பிருட்டத்துக்குக் கீழே மடித்து வைத்து, அதன் மேல் உட்கார்ந்தாள் பரிமளா. தரையில் ஒரு கையை ஊன்றி, இன்னொரு கையால் முந்தானையின் முனையைக்கொண்டு முகத்தில் பூத்திருந்த வேர்வையைத் துடைத்துக்கொண்டாள். அவளுடைய துவண்ட உடம்பையும் சோர்ந்த முகத்தையும் மாறி மாறிப் பார்த்த மருதுபாண்டி எதையோ பேச எண்ணுபவனைப்போல் காணப்படுவதாக அவளுக்குத் தோன்றியது. என்ன என்பதுபோல் கண்களை அசைத்தாள் பரிமளா. ஒன்றுமில்லை என்பதுபோல் அவன் உதடுகள் துடித்தன. கீழே போட்டிருந்த வெட்டரிவாளை எடுத்து வெறும் தரையில் கொத்திக் கொண்டிருந்தவள், எதையோ பேச நிமிர்ந்து அவன் முகத்தையே வெறித்துக்கொண்டிருந்தாள். அவளது தொண்டைக்குள் நின்று வெளியேற முடியாமல் தவிக்கும் வார்த்தைகள் என்னவாக இருக்கும் என்று மருதுக்குத் தோன்றியது. அவனே கேட்டான்:

"என்னாச்சு... வந்ததிலேர்ந்து ஒரு மாதிரியாவே இருக்க?"

தரையில் அரிவாளால் கொத்துவதை நிறுத்துவிட்டு அவன் கேள்விக்கு முகம் கொடுத்தாள் பரிமளா.

"ஒன்னுமில்ல..." என்ற வார்த்தைக்குப் பின்பு ஒரு நெடுமூச்செறிந்துவிட்டு, "மனசுல ஏதோ ஒன்னு கெடந்து நெருடுது பாண்டி. என்னன்னு சொல்லத் தெரில..."

"ஏன்... யாராவது எதாவது சொன்னாங்களா?"

"அதெல்லாம் யாரும் ஒன்னும் சொல்லல. எனக்குத்தான் மனசு ஏதோ ஒரு மாதிரி இருக்கு."

"வசந்தா ஏதாவது சொன்னாளா?"

"ம்..."

பரிமளா 'ம்' என்றதும் மருதுபாண்டிக்குக் கொஞ்சம் அதிகம் வியர்ப்பதுபோல் இருந்தது. வசந்தாவுக்கு எல்லாம் தெரிந்துவிட்டதோ என்று நினைக்கையில் உடம்பின் வெப்பம் மேலும் அதிகரித்தது. ஏதோவொன்று முள் போல நெஞ்சில் இறங்குவதுபோல் ஒரு வலி. தன்னுடைய கள்ளத்தனம் வெளிச்சத்துக்கு வந்துவிட்டதோ என்று லேசாய் அவன் பயப்படுவதுபோல் பரிமளா உணர்ந்தாள். வசந்தா என்ன சொன்னாள் என்று தெரிந்துகொள்ள மிகுந்த ஆர்வத்தைக் காட்டியது அவன் முகம். சொற்கள் தெளிவின்மையால் கலங்கியிருந்தன. கோபமும் நடுக்கமும் கலந்த மொழியில் கேட்டான்:

"என்ன சொன்னா?"

மருதுவின் முகத்தில் தெரிந்த கடுப்பை உணர்ந்த பரிமளா மெதுவாக ஒரு விசயம் சொன்னாள்:

"நீ கோபப்படுற மாதிரியோ பயப்படுற மாதிரியோ அவ ஒன்னும் சொல்லல. ஆனா ஒன்னு சொன்னா... அதான் மனச குத்திக் கிழிக்குது."

"அதான்... என்ன சொன்னாங்குறேன்?"

இப்போது, அவனுடைய முகத்தில் கடுப்பு மேலும் கூடியிருந்தது.

"மொதல்ல இப்படி கோபப்படுறத நிறுத்து. நான் என்ன சொல்ல வந்தேன்னே தெரிஞ்சிக்காம அவ மேல கோபப்படுற. அவ என்ன யாரோ ஒருத்தியா? ஒன் பொஞ்சாதிதான... இப்படி வெறித்தனமா பேசுற."

"நீயும் என்ன வெறியேத்தாத. அவ என்ன சொன்னான்னு சொல்லு."

பரிமளாவுக்கு இந்த இடத்தில் கொஞ்சம் கோபம் வந்தது. அவள் வசந்தாவின் பக்கம் நின்று பேசினாள்.

"இப்போ அவ புள்ளத்தாச்சி. மொதப் பெரசவம் வேற... தெரியுமில்ல ஒனக்கு. நீ கிட்ட இருக்கணும்னு ஆசைப்படுறா. அதுல என்ன தப்பிருக்கு... நீ என்னடான்னா ஒன் இஷ்டத்துக்கு எங்கியோ போற, எப்பவோ வார. இதுல அவ கூட்டாளியான என்னையவே வச்சிக்கிட்டு... எனக்கும் குத்த உணர்ச்சிய உருவாக்கிட்ட."

புருவ மத்தியை விரல்களால் அழுத்தியபடி குனிந்திருந்த மருது தன் கோபத்தைத் தணித்துக் கொண்டு பரிமளாவிடம் கேட்டான்:

“என்ன சொன்னா?”

எரிச்சலடைந்தவளாக இருந்தாள் பரிமளா.

“அதான் சொன்னேனே... நீ இப்ப கூடவே இருக்கணும்னு ஆசைப்படுறா. கூட இருக்கிறதுன்னா... எல்லா வகையிலேயும் கூட இருக்கிறது... புரியுதா?”

“அவ கூட படுக்கைல இருக்கணும்னு ஆசைப்படுறாளா?”

“அதுல என்ன தப்பு? அவ ஆசைப்படாம, பின்னே யாரு ஆசைப்படுவா?”

வார்த்தைகள் பெருகி அந்தச் சூழலின் தன்மையைக் கெடுத்துக் கொண்டிருந்தன. மருது எதுவும் பேசாமல் இருந்தான். அவனுக்குச் சில விசயங்களைப் புரியவைக்க காமம் பெருந்துணையாக இருக்கும் என்று பரிமளாவுக்குத் தெரியும். மருதுவின் பிடரியை வளைத்து இழுத்து தன் மார்பின் மேல் போட்டுக்கொண்டாள். அவன் தணிந்தபோது வசந்தாவும் அவளும் நேற்று மருத்துவனைக்குப் போனது, வசந்தாவைப் பரிசோதித்துவிட்டு மருத்துவர் சொன்னது, அவர்கள் இருவரும் வரும் வழியில் பேசிக்கொண்டது என நடந்த அனைத்தையும் சொன்னாள். பரிமளாவின் மார்பில் ஊறியிருந்த வியர்வையில் மருதுவின் முகம் நனைந்து மீண்டபோது அவன் ஓரளவுக்குத் தெளிவுக்கு வந்திருப்பதாக அவளுக்குத் தோன்றியது. புடவையை உதறிவிட்டு, வெட்டுக்கத்தியை எடுத்துக்கொண்டு அவள் எழுந்தபோது காடைகளின் குரல் தூரத்தில் கேட்டது. அவள் போன பிறகும் நீண்ட நேரம் மருது அங்கேயே உட்கார்ந்திருந்தான்.

4

சிறிய எண்ணெய் விளக்கை ஏற்றி வைத்துவிட்டு, காற்றுக்கு அது அணைந்து போகாதவாறு, இரண்டு முறங்களை எதிரெதிரே ஒன்றோடு ஒன்று தலையோடு தலை மோதிக்கொள்வதுபோல் வைத்து மூடினாள் வசந்தா. அவளுடைய கைமணம் எப்போதும்போல் இன்றும் சாப்பிட்ட கையிலேயே ஒட்டிக்கொண்டிருந்ததை மருது உணர்ந்திருந்தான். வெளிவாசலில் நின்று ஆகாயத்தில் இருக்கும் நட்சத்திரங்களைப் பார்த்துக்கொண்டிருந்தான். பரிமளா பேசிய வார்த்தைகள் நினைவுகளில் அலைந்துகொண்டிருந்தன. இடுப்பில் வேட்டியும் மேலே வெற்றுடம்போடும் நின்று கொண்டிருக்கும் மருதுவை உள்ளிருந்தே ஒரு பார்வை பார்த்துவிட்டு தன் அன்றாடங்களைக் கவனித்தாள் வசந்தா. அவன் எப்போதும் படுக்கும் மரப்பெஞ்சில் போர்வையை விரித்துப்போட்டு தலையணை எடுத்து வைத்து அதுமேல் ஒரு துண்டை மடித்து வைத்தாள். அருகிலிருக்கும் நாற்காலியில் பித்தளைச் செம்பில் தண்ணீர் கொண்டு வந்து வைத்தாள். அவனது தூக்கத்தைத் தொந்தரவு பண்ணாத தூரத்தில் விளக்கை வைத்தவள், அதன் ஒளியைச் சோதித்தாள். தான் படுக்கும் இடத்தில் பாயை விரித்துப்போட்டு அதில் அமர்ந்து அவனுடைய படுக்கையை அளந்து பார்த்தாள். அது சரியான இடைவெளியிலேயே இருந்ததாக அவளுக்குத் தோன்றியது.

இரண்டு பேர் படுக்குமளவுக்கான அந்த மரப்பெஞ்சில் அவனுடன் அவள் படுத்துறங்கிய இரவுகள் நினைவுக்கு வந்துபோயின. அதேபோல் தன்னுடைய பாயில்

அவனுடைய வேர்வை வழிந்து நாறும் இரவுகளும் நினைவுக்கு வந்தன.

மருத்துவர் சொன்னதை அவனிடம் எப்படிச் சொல்வதென்று அவளுக்குத் தெரியவில்லை. தனக்கென்று எதையும் கேட்டுப் பெற்றதில்லை. எல்லாமே அவனாகத் தந்ததுதான். இப்போது இருக்கும் தேவைகூட தன் குழந்தைக்கானதுதான் என்று அவளுக்குத் தோன்றினாலும் எப்படி அவனிடம் அதைச் சொல்வது என்று தெரியவில்லை. தன் படுக்கையில் அமைதியாக உட்கார்ந்திருந்தாள். அவன் உள்ளுக்கு வருவதுபோல் நிழலாடியதும் படுத்துக்கொண்டாள்.

மருது, கதவைத் தாழிட்டுக்கொண்டு உள்ளே வந்து, தன்னுடைய மரப்பெஞ்சில் படுத்து, வசந்தாவைப் பார்த்தான். அவள் அவனுக்கு முதுகுக் காட்டி ஒருக்களித்துப் படுத்திருந்தாள். ஆனால், அவளுடைய கண்கள் முதுகின் வழியாகவும் அப்போது பார்த்துக்கொண்டிருந்தன. மருது அவளைப் பார்ப்பதாக அவளுக்குத் தோன்றியது. அதனால் திரும்பிப் படுக்க ஒருமாதிரியாய் இருந்தது. சற்று நேரம் அமைதியாய் இருக்கவிட்டு அவனிடமிருந்து குறட்டையொலி வருகிறதா என்று சோதித்தாள். அப்படியொன்றும் வரவில்லை. அவன் விழித்திருந்தான். மேடிட்டிருந்த தன் வயிற்றைத் தடவிக்கொண்டு எதிரில் தெரியும் நிழல்களைப் பார்த்துக்கொண்டிருந்தாள். அவளுக்கு எதிரே இருந்த சுவர் அவன் எழுந்து உட்கார்ந்திருப்பதை அவளுக்குக் காட்டியது. பின்பு அவன் படுத்துக்கொண்டதையும் காட்டியது. மருத்துவர் சொன்னது நினைவுக்குள் மீன் குஞ்சைப்போல் நீந்திக்கொண்டேயிருந்தது. எழுந்து சென்று அவனுடைய

உடம்பைத் தொடுவதுபோல் அவளால் நினைத்துக்கூட பார்க்க முடியவில்லை. ஆனால், குழந்தையின் நலன் குறித்துக் கவலையுண்டானது.

எழுந்து உட்கார்ந்து சுவரைப் பார்த்தவாறு முந்தானை மடிப்பால் வியர்வையைத் துடைத்துக்கொண்டவள், தலைக்கு மேலே தொங்கிய பழைய புடவையை இழுத்துத் தன்னருகே போட்டுக்கொண்டு திரும்பவும் படுத்துக்கொண்டாள். வெளிச்சம் வெளியே அதிகமாய்க் கசிகிறதாக நினைத்து விளக்கை எடுத்து பீரோவின் மறைவில் வைத்துவிட்டு வந்து படுத்தாள். சோறுக்குத் தண்ணீர் விட்டுவிட்டோமா என்ற சந்தேகத்தில் எழுந்துபோய் சோற்றுப் பானையைத் திறந்து மீண்டும் ஒரு செம்பு தண்ணீர் ஊற்றிவிட்டு வந்து படுத்தாள். கதவில் தாழ் போடப்பட்டிருக்கிறதா என்று சோதித்துப் பார்த்துவிட்டு வந்து படுத்தாள். மருது, அவளுடைய அத்தனை குழந்தைத் தனங்களையும் பார்த்துக்கொண்டிருந்தான். அவனுக்குச் சிரிப்பு வந்தது. வெளியே தெரியாமல் புன்னகைத்துக்கொண்டான். சுவரில் தெரியும் நிழலைப் பார்த்துக்கொண்டிருந்தவளின் கண்கள் விரிந்தன. ஒரு சிறிய நிழல் பேருரு கொண்டு எழுந்தது.

மருதுபாண்டி, வசந்தாவின் அருகில் அமர்ந்து அவளுடைய இடுப்பில் கைவைத்தான். மொத்தச் சருகலமும் குப்பென்று வேர்த்து அவள் படுத்திருந்த பாயைத் தாண்டி தரைக்குப் போனது அவள் உடம்பின் வெப்பம். எழுந்து உட்கார்ந்தவளை மெல்ல நடத்தி மரப்பெஞ்சின் விளம்பில் உட்காரவைத்து, அவள் கால்களுக்கு நடுவே நின்று அவளுடைய முகத்தைக் கையால் தூக்கி அவளின் கண்களைப் பார்த்தான். மெல்லிய விளக்கு வெளிச்சத்தில் அந்தக் கண்களின்

கருவிழிகள் இரண்டு பெரிய தேன்துளிகளைப்போல் தெரிந்தன. அவளால் தொடர்ந்து அவனுடைய கண்களை எதிர்கொள்ள முடியவில்லை. தன்னை ஒப்புக்கொடுத்துவிட்டு கண்களை மூடிக்கொண்டாள். மூடிய இமைகளில் அவன் முத்தமிட்டான். அவனுடைய காமத்தைத் தாளாத அவள், அவன் விரல்களில் ஒன்றை வாயில் கவ்விக்கொண்டாள். அதன் புளிப்புச்சுவை நாவில் ஊறி உயிர் வரைக்கும் சென்று பரவியது.

***

நீருறை கோழி நீலச் சேவல்
கூருகிர்ப் பேடை வயாஅம் ஊர
புளிங்காய் வேட்கைத்து அன்றுநின்
மலர்ந்த மார்பிவள் வயாஅ நோய்க்கே.

ஐங்குறுநூறு – ஓரம்போகியார்
மருதம் –தோழிகூற்று.